MORALE EN ACTIONS.

PHONG HÓA ĐIỀU HÀNH.

CỜ BẠC NHA PHIẾN.

In lần thứ bốn.

SAIGON

IMPRIMERIE DE LA MISSION À TÂN ĐỊNH.

1898.

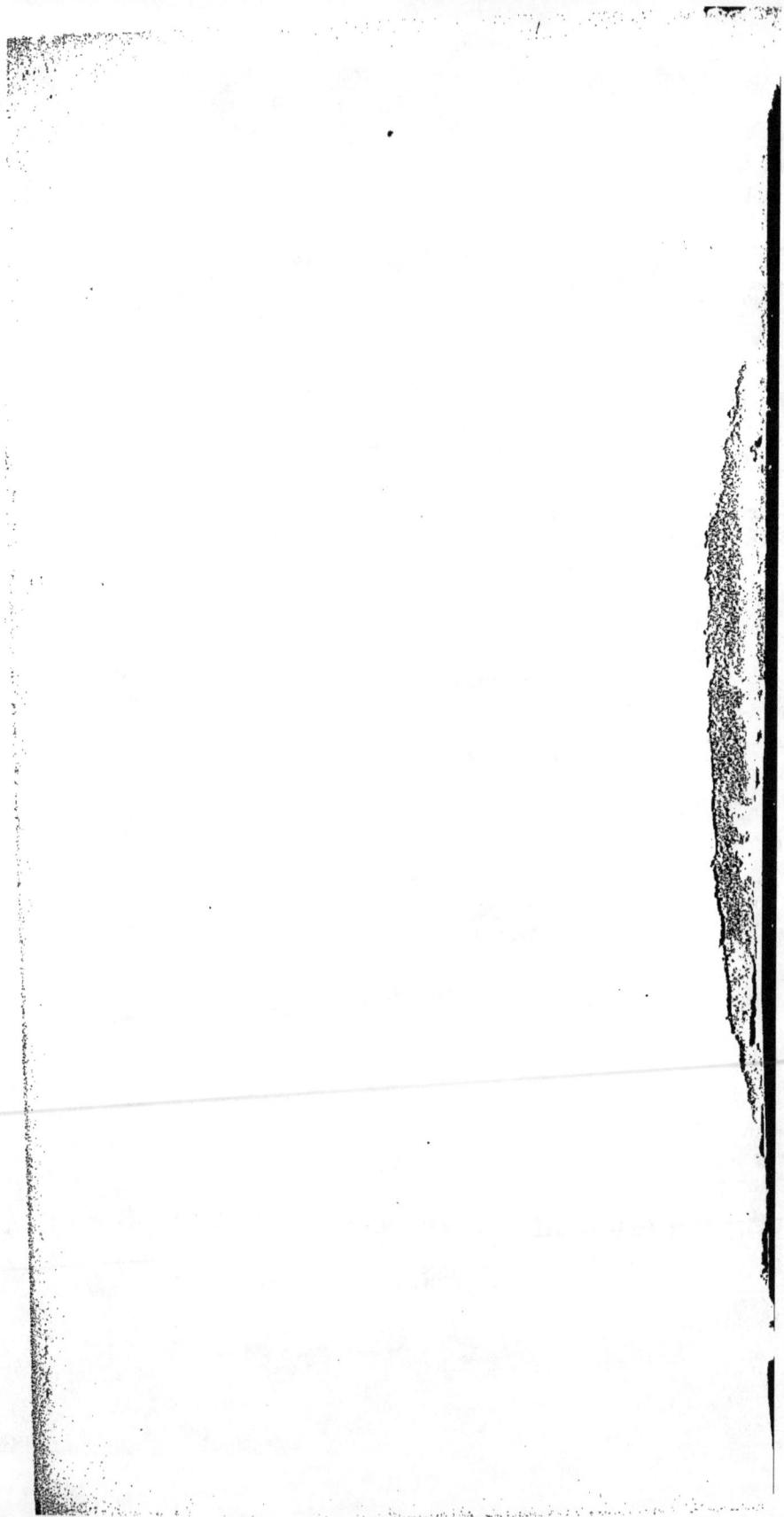

MORALE EN ACTIONS.

——— ※ ———

PHONG HÓA ĐIỀU HÀNH.

CỜ BẠC NHA PHIẾN.

〜〜〜

In lần thứ bốn.

SAIGON

IMPRIMERIE DE LA MISSION À TÂN ĐỊNH.

1898.

TỰA.

Trong những sự ta phải biết, chẳng có sự gì cần cấp cho bằng sự biết ăn ở theo *Phong hóa chính:* mà có nhiều khi người ta lo về mọi việc khác, mà ít lo về việc chính nầy.

Những sự thông thái khác giúp người ta cho đặng ích lợi phần đời nầy mà thôi; còn sự thông biết *Phong hóa chính,* thì chẳng những là làm ích ở đời nầy, mà lại làm ích cho đời sau nữa; vì phong hóa chính dạy mọi người, cho ai nấy đều biết giữ theo bổn phận mình; như vua chúa, quan quyền, cha mẹ, vợ chồng, con cái, *vân vân.* Vã lại kẻ biết phong hóa chính, cũng còn đặng ích lợi ở đời nầy chẳng hay mất nữa.

Trong sách ta làm đây, có ý giúp dạy cho biết *Phong hóa* mà ăn ở cho phải phép; lại trong sách nầy, sẽ gặp đặng nhiều gương có danh tiếng những kẻ đã theo phong hóa thật. Sau nữa, cũng gặp những lời ta thêm mà kết đón lại, cho đặng hiểu rõ gương ta đã trưng: lại bằng ai thông thái một ít, thì sẽ biết các truyện trong sách nầy, đã lựa bởi sách các tấn sĩ có danh tiếng, mà làm ra.

Ta có lòng ước ao cho các thầy giáo tập trong các trường, lấy sách nầy mà cho học trò đọc đi đọc lại, nhứt là đọc thuộc lòng, thì sẽ quen cùng khắn vào trong trí những gương nhơn từ, đức hạnh, rộng rãi, khiêm nhượng, *vân vân*. Ắt thật những gương ấy sẽ giục lòng học trò tấn tới trong việc phước, cùng giúp cho biết việc lành phải làm, việc dữ phải lánh.

Nhơn vì sự ấy, nếu mà cha mẹ cùng thầy dạy dỗ, nhứt là tốt và có đạo, hiệp lực đồng tâm, mà tập tành dạy dỗ các con trẻ sửa tính nết nó về phần đời cùng về phần đạo, thì nó sẽ có phước là dường nào!

Ấy vậy, cha mẹ cùng thầy dạy dỗ phải ăn ở cho ám hạp như lời mình dạy biểu, kẻo dạy dỗ vô ích, vì các con trẻ hay bắt chước hơn là nghe. Vã lại, khi nó xem thấy cha mẹ hay là thầy dạy dỗ ăn ở làm gương xấu, trái lời mình dạy, thì nó chẳng những là chẳng tấn tới trong việc tập tành ăn ở tốt lành đạo đức, mà lại nó tưởng lề luật *phong hóa chính* dạy là danh hư vô. Trong trí trong lòng nó xét lời cha mẹ biểu dạy chẳng buộc nhặt, ai muốn theo thì theo, ai giữ thì giữ; lại cũng sẽ tưởng các đứng giảng dẫn, hay là chép sách dạy *phong hóa,* cũng chẳng khá gì hơn kẻ khác, hay nói mà chẳng hay làm. Bởi đó cho nên, biết hư hại trong loài người ta là chừng nào!

Nếu cha mẹ cùng thầy giáo huấn theo như sách ta đã chỉ dạy, mà tập tành dạy dỗ, thì con cái, và học trò sẽ lo lắng mà bắt chước các gương đã kể trong sách nầy, lại cũng sẽ hiểu biết nhơn đức là sự tốt đáng yêu mến là ngần nào! Nó làm việc phước đức, mà chẳng có lấy lòng kiêu ngạo phô trương cùng ai; vậy nó sẽ gặp phước cho mình, khi nó làm phước cho kẻ khác. Sau nữa, nó có làm việc phước đức, thì là bởi đã học và đã giữ theo như sách nầy dạy mà chớ.

Lại bổn tính con trẻ, thì biết nhớ cho đến tuổi già những lời đã nghe dạy cùng những gương đã xem thấy. Bởi đó cho nên, cha mẹ cùng thầy dạy dỗ hãy gắng công giảng giải cho nó nghe sách nầy, hãy làm gương tốt cho nó đặng xem thấy cùng bắt chước theo, thì nó sẽ in khắn khắn vào trí khôn nó những ý tốt lành về đàng nhơn đức: sau, nó lớn lên, có làm sự gì lành, thì là bởi đã nghe dạy cùng xem thấy những gương tốt thuở còn nhỏ.

Lời tục ngữ rằng : Dạy con, dạy thuở còn thơ;
    Dạy vợ, dạy thuở ban sơ mới về.

Cũng có lời thầy như rằng :
    Tiểu bất trác, đại dương tầm phú ca.

~~~~~~

PHONG HÓA ĐIỀU HÀNH.

§. 1 — Nhơn đức riêng các đứng làm lớn.

Hẳn thật chẳng có sự gì làm vui lòng ta, cho bằng khi ta làm phước cho kẻ khác, và đẹp lòng những kẻ ấy, cho đến đỗi nó ngợi khen và cám mến ơn ta. Ví bằng các đứng làm lớn trong dân nhớ mình là cha dân, thì tự nhiên các đứng ấy sẽ ăn ở cách khoan hậu, nhơn từ đại độ chẳng sai.

Vì vậy chẳng phải làm lớn đặng mà ăn ở cang cường để đuổi kẻ bề dưới, vì ở thể ấy, thì là dùng quờn chức mình trái lẽ, và làm cho ra khinh dể cùng nhẹ thể chức mình mà chớ. Nhơn vì sự ấy, hễ ai quên mình là cha dân, thì chẳng đáng làm lớn trong dân làm chi.

Hoàng đế Au-gu-xi-tô trước khi người trị đặng nước thì độc dữ, và hay chấp nẻ báo thù lắm: mà khi người đặng nước cai trị thiên hạ đoạn, thì người đổi lòng ra hiền lành, và nhơn đạo đại độ. Vậy có một khi người hành binh ở nước Galli-a, thì có người trong phe quân ngụy đến báo tin cho người hay rằng: ông Cin-na là người thiểu tài ít trí, mà cả gan tập lập phản nghịch cùng người. Kẻ bảo tin cũng chỉ tỏ ông Cin-na tập lập chỗ nào, làm thể nào, và khi nào sẽ dậy giặc. Hoàng đế tính phải bắt người ngụy ấy, mà làm tội chẳng khá thứ tha: nên người dạy hội các quan mà công đồng ngày mai. Nội đêm ấy trí khôn người tán loạn không yên, vì đến mai người phải gia phạt một người xưa nay chưa phạm đều gì, lại người ấy là dòng sang cả, là cháu quan lớn Pom-pê-i-ô.

Thuở trước, Hoàng đế nầy độc dữ, dầu đang khi ngồi ăn tiệc cùng quan Ma-rô-cô An-tô-ni-ô, thì người cũng chẳng nệ giơ tay mà để án xử tứ nhiều người. Mà nay phải đoán xử một người có tội, thì bối rối tâm thần thâu đêm chẳng an. Khi ấy người cực lực trong lòng, thở dài mà thầm thì rằng: « Cớ sao kẻ nghịch toan giết trẫm đặng ở « an, còn trẫm thì bối rối làm vậy! Trong mấy « trận giặc loạn trong nước trẫm đã giao chiến, « thì chẳng có ai giết trẫm được. Trẫm đã đánh « biết mấy trận trên bộ, dưới thủy, mà trẫm đã « thoát khỏi mọi sự hiểm nghèo. Nay có một đứa « loạn thần toan giết trẫm, mà trẫm dành để vậy, « chẳng đoán phạt nó sao ? » Nói đoạn người dựt mình nghĩ lại một hồi; rồi người lại trở trách mình đã nhiệm nhặt quá, hơn là phàn nàn ông Cin-na bất trung cùng mình. Nên người lại than thở thầm thì rằng: « Ví bằng thiên hạ nhiều « người ước ao cho trẫm chết đi, thì ắt là trẫm « chẳng khá đáng sống làm chi. Trẫm sống thì « biết khi nào sẽ hết hình khổ ? Biết bao giờ sẽ « thôi đổ máu người ta ? Và lại đầu trẫm đây,

« ...ẳng khác nào như cái bia, các con trẻ sang
« trọng đua nhau mà chém, cho đặng lấy danh
« vọng. Mạng sống trăm nghĩ chẳng quí báu
« dường ấy, mà nhiều người khác phải chết làm
« vậy ! »

Khi ấy Hoàng hậu nghe những lời vua than thở,
liền cất tiếng mà nói hớt người rằng : « Tâu
« hoàng đế, xin phép cho tôi tính cùng Hoàng đế
« một đều, nếu đẹp lòng thì xin Hoàng đế hãy
« nghe. »

Hoàng hậu rằng : « Hoàng đế hãy bắt chước các
« thầy lương y, khi cho bịnh phục được thương
« mà chẳng đã, thì liền trở thang mà cho nghịch
« được. Hoàng đế xưa nay cứ phép nghiêm
« thẳng mà giết nhiều người làm ngụy cùng
« Hoàng đế, mà chẳng thấy ra ích gì. Cho
« nên rày xin Hoàng đế hãy thử lấy lòng rộng mà
« dưỡng cho ông Cin-na : vì chưng các mưu kế
« ông ấy làm thì chẳng có kín cùng Hoàng đế,
« cho nên chẳng còn có lý hại chi đặng nữa. Ơn
« đức Hoàng đế tha ông ấy, thì sẽ nên danh vọng
« cho Hoàng đế chẳng sai. »

Lòng Hoàng đế đã chịu về sự làm nhơn cho
ông Cin-na; vừa may lại gặp hoàng hậu cũng
khuyên dụ người về một đều ấy, nên người bằng
lòng tức thì, mà tha cho kẻ nghịch mình và cám
ơn bà hoàng hậu nữa.

Đó người sai bãi hội công đồng, rồi dạy đòi
một mình ông Cin-na đến mà thôi. Khi đến thì
người dạy các bộ hạ trong cung lui ra hết, cùng

dạy ông Cin-na ngồi, mà phán rằng : « Ngươi « phải giữ lời giao nầy : ngươi chẳng đặng tâu « hớt lời trẫm; song phải nghe trẫm nói đủ các đều, « đoạn ngươi có lời chi muốn tâu lại, thì sẽ tâu.» Vậy người mới phán rằng : « Ở Cin-na, nhà ngươi « chẳng những là người trong phe đảng những « kẻ làm giặc cùng trẫm xưa nay, song vốn thật « ngươi cũng là kẻ nghịch cùng trẫm từ thuở « bình sinh, vì ngươi đã sinh ra bởi dòng dõi kẻ « nghịch cùng trẫm. Tuy vậy mặc lòng, trẫm cũng « tha; chẳng có giết ngươi. Các của cải gia tài « ngươi, thì trẫm cũng cho ngươi lại hết thảy; « nên ngươi đặng giàu có và tử tế, đến dỗi « những kẻ đã thắng trận ngươi sinh lòng ganh « gỗ, vì ngươi đặng tử tế hơn. Và lại có nhiều « kẻ bởi dòng dõi có công nghiệp cùng trẫm, xin « chức hòa thượng, còn ngươi thì chưa xin, mà « trẫm đã phong ngươi lên chức ấy.

« Đang khi trẫm làm ơn trọng cho ngươi dường « ấy, ngươi lại dĩ ơn báo oán, toan mưu luận kẻ « mà giết trẫm. »

Ông Cin-na nghe lời nầy tức thì cất tiếng tâu lên rằng : « Tâu đức Hoàng đế; lòng tôi chẳng « hề có tưởng đến sự cực nầy bao giờ ! » Hoàng để liền cấm ông ấy rằng : « Khoan ! ngươi chẳng « giữ lời giao hứa khi nầy; chớ tâu hớt lời trẫm, « để cho trẫm nói hết đã. Thật nhà ngươi muốn « giết trẫm. » Khi ấy người kể lại mọi sự hết, và cũng tỏ cho ông Cin-na biết đủ mọi mưu kế ông ấy đã toan tính, tại chỗ nào, làm cách nào, sẽ ra binh vày ngụy mà đánh trước ngày nào.

Ông Cin-na nghe các sự ấy, lương tâm cắn rứt và sợ hãi lắm, nên lẳng lặng làm thinh chẳng dám hở răn, chẳng phải vì lời giao hứa, song vì xấu hổ sợ hãi quá.

Hoàng đế nói luôn rằng : « Thuở trước ngươi « làm nghịch cùng trẫm, và là con kẻ nghịch trẫm, « mà trẫm đã tha giết, dong mạng cho ngươi. « Nay trẫm cũng dong nhà ngươi một phen nữa, « chẳng có bắt tội ngươi đâu ! »

« Thôi ! từ bây giờ ta hãy kết ngãi bạn hữu cùng nhau; trẫm đã làm ơn cho ngươi, thì ngươi « hãy biết ơn trẫm. »

Tức thì Hoàng đế phong ông ấy lên chức quan trấn trong năm ấy. Từ đó Hoàng đế Au-gu-xi-tô mới biết ích lợi bởi lòng nhơn từ mà ra. Ông Cin-na cảm lấy ơn trọng người, thì hết lòng ở trung tín cùng người. Cho nên từ ấy về sau, chẳng còn có ai muốn tập lập làm ngụy cùng người nữa.

§. 2 — VUA HEN-RI-CÔ THỨ IV.

Ngày kia, vua Hen-ri-cô thứ bốn hỏi một quan trẻ, tên là Mon-mo-ren-cy mà rằng : « Nhà ngươi « hãy nói cho trẫm biết nhơn đức nào xứng hạp « cho vì vương đế hơn ? » Quan trẻ ấy chẳng chút dần dà mà tâu tức thì rằng : « Nhơn đức xứng « hạp hơn cho vì vương đế, là lòng nhơn từ. » Vua lại hỏi rằng : « Sao ngươi lấy nhơn đức ấy « làm hơn lòng đại độ, mạnh mẽ và các nhơn đức « khác các vua thường quen có ? » Thì quan ấy

tâu rằng : « Vì ở đời nầy quờn tha giết ở nơi tay
« vương để mà thôi. »

Quan trẻ ấy đã hiểu sự vang hiển thật ở tại đâu;
lại cũng có ý khen lòng công chánh vua, vì người
đã thắng trận đặng dân, mà người trị dân như
là cha dân vậy.

Có lần khác, vua ấy hay đặng có một quan
trong các quan người, tên là Jan-vil-lo, trở lòng
lo mưu nội công cùng kẻ nghịch vua. Vua lấy
lòng nhơn từ dong tội quan ấy. Nhưng mà người
đòi cha mẹ quan ấy, tên là Đề Gui-sê, mà phán
rằng : « Kìa là con trẻ hoang đàng, nó mới lo tính
« mưu kế giỏi lắm đó : nhưng vậy trẫm vì chúng
« ngươi thì tha phạt nó, mà trẫm giao nó cho
« chúng ngươi sửa dạy lấy. »

Cũng có một đời khi vua ấy trách quan Sul-ly,
vì hay lo ích riêng nên phở việc nhà nước; mà
quan ấy bởi thân cùng vua quá, cho nên nghe lời
vua trách cách lơ láo. Vua thấy vậy, thì hỏi quan
ấy rằng : «Ngươi có tưởng trẫm ân cần sự gì khác
« hơn là sự cho dân đặng thạnh lợi sao ? »

Thật lòng vua ấy thương dân như cha thương
con vậy.

§. 3 — VUA LU-Y THỨ XIII.

Ông lớn kia, tên là De-Retz, khuyên vua Lu-y
thứ mười ba rằng : « Hễ kẻ làm lớn thật, thì phải
« có lòng thương dân; dầu đang thắng trận khởi
« huờn, cũng lấy sự thương dân làm trọng hơn

« mọi sự. Và các kẻ làm lớn, hễ có đi viếng dân,
« thì chớ khá làm như sông chảy mạnh, mà phá
« lở các nư ở dọc bờ sông; song phải làm như
« nước sông đầy, tràn ra các ơn cho dân nhờ mà
« thôi.

§. 4 — ÔNG TƯỚNG TU-REN-NE.

Có một lần quan tướng lớn kia, tên là Tu-ren-ne,
đi xe trong thành Pha-ri. Xe ông ấy mắc chật nhiều
xe kẻ khác, nên đi không đặng, dùng dằng ở đó.
Khi ấy vừa có một người trẻ sang trọng kia, cũng
đi xe kế xe ông ấy. Người trẻ nóng nảy gấp đi
cho mau, mà thấy cản xe dùng dằng, thì chẳng
bằng lòng; liền nổi nóng, rút gậy ra, đánh kẻ
dẫy xe quan tướng ấy, mà hối đi tới cho mau.
Ông quan ngồi trong xe làm thinh, mà coi người
kia đánh kẻ dẫy xe mình.

Lúc ấy lại có một tên thợ rèn ở trong nhà thấy
vậy, thì xách gậy chạy ra mà la rằng: « Chú kia,
« sao dám đánh kẻ dẫy xe quan lớn Tu-ren-ne vậy?»
Người trẻ nghe nói tên ông Tu-ren-ne, thì kinh
hãi lắm và tưởng mình mắc lỗi trọng; liền lật đật
nhảy xuống xe mình, mà chạy đến xin lỗi cùng
quan lớn Tu-ren-ne. Quan ấy mỉm cười mà nói
rằng: « Ngươi giỏi mà sửa phạt kẻ dẫy xe ta lắm;
« thật nó năng quấy nhiều lần. Thôi; để khi nào
« nó có quấy điều gì, ta sẽ biểu nó đến cho ngươi
« sửa phạt nó nữa. »

Vậy quan Tu-ren-ne biết cầm mình chẳng nóng

giận; thật trong sự như vậy trúng kẻ khác, thì đã giận dữ quá sức chẳng khỏi đặng. Bởi đó nên ông quan tướng nầy đáng nên ương nhơn đức tiết kiệm, nhịn nhục cho mọi người hết thảy.

§. 5 — LÝ ĐOÁN ĐÁNG NHỚ.

Xưa, trong nước Đại-minh, có một người giàu có là kẻ áp tắc các việc khí dụng trong nhà nước. Khi người toan trảy đi phương xa, thì chọn một người coi sóc gìn giữ cửa nhà, và dạy hai đứa con mình, vì hai đứa ấy có trí sáng và có tính nết tốt lắm; thằng con trưởng nam khi ấy mới nên chín tuổi mà thôi.

Chủ nhà mới bước ra khỏi nhà, ai hay thầy dạy ông ấy đã chọn, nó liền dùng trái lẽ phép chủ nhà đã phú cho mình! Nó hung hiếp các gia dịch trong nhà; (*vắng chủ nhà gà mọc đuôi tôm*) là sự làm vậy: nó quở đứa nầy mắng đứa kia; nhứt là những người siêng năng lo lắng việc lợi hại trong nhà, thì lão thầy ấy đuổi đi hết. Để một mình chàng va cho dễ, kẻo chọi nhau; hai con thơ ấu chẳng biết chi. Có kẻ gởi tin cho chủ nhà hay những sự đổi tệ lão thầy đã làm ở trong nhà; song le bởi vì ông chủ có lòng tốt, thì chẳng muốn tin những tin người ta gởi cho mình, vì tưởng chẳng có ai đặng giao phú quờn phép như vậy, mà còn có lòng xấu xa độc dữ thể ấy.

Phải chi lão thầy như vậy, mà dạy dỗ hai đứa con cho biết chút đỉnh gì! Song bởi vì nó có tính nết xấu quá và dớt nát lắm, thì hai đứa con ông chủ nó cũng hóa ra như nó vô phép, vô tắc, kiêu căng, láo xược, lung lăng, mê đắm, dớt nát mà thôi.

Khỏi chừng năm năm chủ nhà về quê mình, mới thấy rõ mọi sự y như người ta đã gởi tin cho mình trước vậy, thì chẳng chút quở phạt gì, vì mình đã ôm ấp rắn vào dạ, một đuổi lão xấu xa ấy ra khỏi nhà mà thôi. Lão thầy chưa biết hổ ngươi; lại còn dám cả gan đến quan án mà cáo chủ mình, vì không huờn tiền công nó dạy hai đứa con chủ. Quan án đòi chủ nhà tới mà hỏi; chủ ấy liền thưa trước mặt quan rằng : « Bẩm « ông, phải mà người thầy ấy, nó lập tành dạy « dỗ hai đứa con tôi biết nhơn đức thông thái một « chút như thường thường, thì tôi cũng bằng « lòng, mà huờn công cho nó nhiều hơn bằng hai « chẳng sai. Nhưng mà tôi xin quan hãy hỏi, nầy « là hai đứa con tôi đây, cho biết thử người ấy « có dạy dỗ gì chăng. Đoạn quan dạy lẽ nào thì « tôi xin vưng, chẳng dám nói lời gì. » Quan hỏi và nghe các lời con trẻ thưa, đoạn người ra lý đoán thể nầy rằng : « Thầy dạy ấy phải xử tử vì « tội giết học trò mình. Còn cha hai con trẻ thì « phải phạt hai cân vàng, vì đã hay tin thầy dạy « xấu xa thể ấy, mà còn để trong nhà mình chẳng « đuổi ra cho kíp : chớ chẳng phải vì đã chọn người « xấu mà tin cậy, vì ai ai cũng lầm đặng như vậy. »

Đoạn quan dạy thêm rằng : « Chẳng còn mấy ai « có lòng mạnh mẽ mà quở và sửa phạt kẻ có lỗi,

« nhứt là khi lỗi ấy phạm đến ích chung nhiều
« người. »

§. 6 — KẺ LÀM PHƯỚC MÀ KHÔNG CẦU PHẦN THƯỞNG.

Sông kia, tên là A-di-ge, có một lần lụt tràn ra
hung quá, đến dỗi đất lở đi, cầu ngang rất lớn
qua sông ấy đã sập gần hết, sót một chặng giữa
cầu còn đứng mà thôi. Chặng ấy lại có một cái
nhà ở trên có dủ vợ chồng con cái còn ở đó. Những
người ấy cheo leo hiểm nghèo; nên giơ tay lên
mà kêu la khóc lóc xin người ta ở trên bờ cứu
giúp. Nước đang chảy ầm ầm rung phá cho lở
cột cầu chặng ấy; người ta đổ hội như kiến cỏ,
mà chẳng ai dám ra tay đi cứu. Lúc ấy, có một
ông bá hộ, tên là Spol-vê-ri-ni, thấy sự ngặt
nghèo vậy, thì động lòng thương nhà đó, cho nên
liền đặt đàng hứa một trăm đồng vàng cho ai
liều mình ra tay xuống ghe đi cứu. Mà thật việc
cứu rất hiểm trở lắm, vì sợ phần thì nước chảy
mạnh quá e chèo chẳng lại, phần thì cũng sợ bằng
có may mà chèo tới nơi, thì chặng cầu đã gần lở
ngã sập trên đầu mình mà chết. Cho nên dầu đông
đảng dân đứng trên bờ, thì cũng chẳng có một ai
dám chịu. Thời may khi ấy, có một người đi đàng
qua ngang đó, nghe nói sự ai cứu đặng mấy
người trong nhà ở trên cầu hư đó, thì bá hộ cho
một trăm đồng vàng. Người bộ hành ấy liền nhảy
xuống ghe chèo bơi hết sức; đến giữa sông đậu

ghe một bên cột cầu và đợi cho cả nhà vợ chồng
con cái lần dây sụt xuống ghe rồi hết, thì người
nai lưng chèo vô bờ mà la lên : *hẻ, hẻ, đã khỏi rồi.*
Còn chiếc ghe bơi chèo mạnh lắm thì cởi trên sóng
mà vào tới bờ. Ông bá hộ liền lấy một trăm đồng
vàng thưởng người giỏi ấy; song người thưa lại
rằng : « Thưa ông, tôi không muốn chịu của
« ông, vì tôi không bán mạng tôi. Lại tôi cùng vợ
« con tôi túc y túc thực, xin ông ban của ấy cho
« mấy người tôi mới cứu đó, vì bây giờ phải
nghèo hơn tôi.

Ấy ta hãy xem lấy, chẳng cần phải nói lời nọ
lời kia mà khen người thể ấy nữa.

§. 7 — TRUYỆN CON HIẾU THẢO.

Một ngày kia, có lửa bởi trong núi Et-na bực
lên tràn ra bốn phía, đốt phá các chỗ xung quanh
bất luận lúa má, ruộng nương, vườn tược, rừng
bởi, giống láng phải lửa tràn lấp ngập, tiêu tan
chẳng sót món gì. Đầu hết khi lửa mới tan ra, thì
trong thành Ca-ta-na động cả và đất, thiên hạ
kinh hãi; khi lửa cháy tràn vô thành, ai nấy lo
lắng hết lòng hết sức mà chuyển vác làm mọi
cách, cho đặng cứu của cải mình. Kẻ thì vác tiền
bạc nặng lết bết chạy không muốn nổi, kẻ thì bất
tỉnh chẳng biết lấy giống gì, hoảng hốt quơ lấy
giao mác mà dầm lộn với lửa như là đánh giặc
cùng kẻ nghịch. Kẻ giàu có cũng tận tâm kiệt lực
gánh các vật châu báu, có khi là của hoạnh tài,

chạy không khỏi đặng; còn nhà nghèo gánh nhẹ, chạy mau chơn, trốn khỏi lửa.

Nói tắt một lời, ai ai đều lựa của cải quí hơn cùng nhẹ tùy thân mà trốn. Có nhiều kẻ chạy không khỏi, là các kẻ chạy chậm chơn hơn, bị lửa cháy thiêu, nhứt là những nậu hà tiện tiếc tiền của chẳng muốn bỏ, còn rán lại sau. Có nhiều người tưởng mình đã chạy khỏi nên chẳng lo, thoát chúc lửa bốc tới kíp, nó chạy không, bỏ mất của, mất công gánh nữa. Lửa ấy đốt cháy các của quí báu hết thảy, một trừ ra những kẻ có lòng hiếu thảo mà thôi, như có truyện sau nầy.

Người kia, tên là Am-phi-no-me, và em mình cũng lật đật gánh của cải chạy như kẻ khác. Khi hai anh em chạy thì ngó thấy cha mẹ mệt quá sức, chạy chẳng đặng nữa, đứng lại giữa cửa, tức thì cả hai liền vội vả ném bỏ của cải, kê vai cõng cha mẹ chạy cho khỏi lửa thiêu mà thôi; song khi cõng làm vậy, lại đặng mạnh sức hơn là khi gánh của. — Ở người hà tiện, hãy bớt chịu khó nhọc mà lo của cải, hãy xem gương hai anh em nầy, chẳng lấy của chi làm quí cho bằng cha mẹ mình !

Hai anh em cõng cha mẹ chạy qua giữa ngọn lửa, chẳng khác nào như lửa có lời giao hứa không dám cháy đốt những kẻ ấy. Vậy khá khen lòng hiếu thảo là nhơn đức trọng vọng lắm, và đáng cho ai nấy học đòi theo là dường nào ! Lửa chẳng dám phạm đến nhơn đức ấy; hai anh em chạy phía nào, lửa tránh phía nấy. Ngày ấy dẫu dẫy dẫy những sự tai hại, song thật là ngày có phước lắm: dầu trong ngày ấy mọi sự bị lửa đốt cháy hết, song hai anh em nẩy đi ngang qua giữa lửa chẳng khác chi như kẻ khởi hoàn đến chỗ bình an chẳng phải nao.

Sách sử văn chương kẻ ngoại cũng ca ngợi nhơn đức hai anh em nẩy khắp mọi nơi, thật là đều ít có trong kẻ ngoại đạo lắm.

Dầu trong đời ta đã cảm lấy nhiều thói xấu xa mặc lòng, ta tưởng phần nhiều trong các con cái cũng làm đặng như hai anh em nẩy nữa. Phải mà đời nay có một đều làm vậy, thì những kẻ có đạo Chúa chẳng khen bao lăm; vì chưng việc ấy dầu trọng mặc lòng, song cũng là nhơn đức tự nhiên ai ai phải có.

Dời xưa quen khen việc nhơn đức lắm, bởi vì việc lành chẳng phải là sự thường như bày giờ trong các bổn đạo. Hai anh em nẩy đã đặng danh tiếng về sự ấy lắm, cho đến đổi thành Sy-ra-cu-sa, và thành Ca-ta-na nhận danh hai người là dân mình; cả hai thành ấy đã lập chùa mà thờ nhơn đức hiếu thảo, để cho thiên hạ đặng nhớ việc trọng nẩy.

§. 8 — TRUYỆN HAI ANH EM THƯƠNG YÊU NHAU.

Năm Chúa giáng sanh 1585, có đạo binh thủy nước But-tu-ca trẩy qua nước Thiên-trước mà bị chìm tàu : người ta trong tàu kẻ thì lội đặng vô xứ kia, tên là Ca-pha-ri; kẻ thì tấp vào chỗ khác, ôm lấy những ván trong tàu đã chìm theo mình, gop lại đóng đặng một chiếc ghe, rồi chạy ra biển về quê hương. Khi đã chạy đặng ít lâu, người hoa tiêu thấy ghe khẳm quá, hòng muốn chìm vì chở nhiều người ta lắm, mới thưa cho quan trong ghe hay, bằng không ném bớt người ta xuống biển chừng mười hai người, thì ắt ghe phải chìm chết hết thảy. Cho nên quan mới dạy bắt thăm cho biết phải ném ai xuống biển.

Trong mấy người bắt thăm, phải ném xuống biển, thì có hai anh em cũng ở trong ghe ấy, mà người em đặng may khỏi ném xuống biển. Người em thấy anh mình bắt thăm nhằm ruổi phải ném xuống biển, bèn lạy ông quan mà thưa quan rằng : « Lạy ông, xin ông cho phép tôi chịu chết « thế cho anh tôi, vì anh tôi giỏi hơn tôi, và có « sức mà nuôi cha mẹ chị em tôi đặng, còn tôi « nuôi chưa đặng; cho nên ví bằng anh tôi mất « đi, ắt là cha mẹ chị em phải chết đói mà chớ. « Tôi xin ông ném tôi xuống biển, đở anh tôi sống; « ví bằng ông làm như vậy, chẳng những là cứu « anh tôi, mà lại cứu đặng cha mẹ chị em tôi « khỏi chết nữa. Tôi cam lòng chịu chết, vì tôi « chưa nuôi nổi bấy nhiêu người. »

Quan nghe lời người em xin vậy, thì dạy lính bắt nó mà ném xuống biển. Nó lội theo chiếc ghe ấy chừng sáu giờ, thì níu đặng ghe; họ liền ngăm ví bằng trèo lên ghe thì dằm nó chết. Con trẻ nầy tính bởi vì bề nào mình cũng phải

chết, thà leo lên ghe mà chịu chẳng thà dưới
biển, nên cứ vuối kẻ ở trong ghe. Người ta giơ
gươm đâm nó, thì nó nắm lưỡi gươm bương vô
ghe được; người ta xem thấy nó có lòng bền
chắc dường ấy, thì chẳng nỡ giết nữa, lại để
cho nó ở trên ghe. Như vậy con trẻ nầy đã cứu
đặng mình cùng anh mình khỏi chết.

Ấy lòng hiếu thảo đã cứu đặng hai anh em và
cha mẹ chị em nó nữa.

§. 9 — TRUYỆN CON THƯƠNG YÊU MẸ
CÁCH LẠ LÙNG.

Trong sử nước Nhựt-bổn có chép một truyện
đáng nhớ nầy.

Nhà kia, khi cha trong nhà qua đời bỏ lại một
mẹ với ba đứa con; mẹ già cả yếu đuối, nên ba
con phải làm việc mà nuôi dưỡng. Nhưng vậy
cũng bạc phận lắm, làm hết sức chẳng đủ ăn,
nên trong nhà ra bần tiện, trăm việc đều thiếu
thốn. Ba đứa con xem thấy sự gian nan cực khổ
làm vậy, chẳng biết tính thể nào cho có của mà
dưỡng nuôi mẹ mình, nên mới rắp lòng toan liệu
việc lạ lùng nầy.

Nhà nước khi ấy có ra yết thị: ai bắt đặng
ăn trộm nộp cho quan, thì sẽ đặng phần thưởng
trọng. Bởi đó ba anh em mới toan liệu với nhau:
cho một người giả làm ăn trộm, còn hai anh em
kia giả kẻ bắt đặng đam đi nộp cho quan, hầu
đặng phần thưởng mà nuôi mẹ, kẻo khốn khó lắm.

Chẳng biết ai phải làm ăn trộm, nên mới bắt thăm cùng nhau, thì trúng nhằm thằng em út phải làm ăn trộm. Hai anh mới trói em lại, dẫn đem đi nộp cho quan. Quan hỏi nó rằng: « Mầy « có quả thật ăn trộm chăng ? » Thì nó thưa rằng : « Bẩm ông thật quả tôi có ăn trộm; » nó chịu hết. Quan dạy bỏ nó vào tù, còn hai anh nó lãnh bạc thưởng mà về nhà. Nhưng mà hai anh động lòng thương em, và sợ cho em phải khốn; nên đã lén chun vào tù, ôm lấy em rất yêu dấu mà khóc lóc dầm dề. Tình cờ quan cai tù ngó thấy làm vậy, thì lấy làm lạ; mới biểu một tên lính nom theo xa xa rình coi thử hai người có cớ nào mà khóc thể ấy, và về nhà nào. Lính vưng lời quan dạy làm như vậy; đi một hồi lâu thằng lính trở về thưa cùng quan, hai người ấy về nhà, thuật lại cùng mẹ mình tự sự như nó đã toan tính khi nãy. Lính nầy rình gần, đã nghe đặng đủ các đều y như những kẻ ấy nói.

Mẹ nghe hai đứa con thuật lại sự em út phải nộp mình lấy bạc nuôi mẹ, thì mẹ kêu van khóc lóc, biểu con đem bạc đi trả lại cho quan mà đem em về, vì thà chịu chết đói, chẳng thà con phải ở tù làm vậy cho mẹ sống.

Quan nghe lính thưa lại, không muốn tin sự lạ lùng làm vậy : nên quan dạy dẫn người em út ra tra lại, nó có quả ăn trộm chăng; lại quan thạnh nộ đòi phạt nó cách dữ tợn. Con trẻ phần thì bồi hồi thương nhớ mẹ, phần thì sợ nếu nói ra thì quan đòi bạc thưởng lại, có khi mẹ phải chết đói chăng, nên làm thinh. Bấy giờ ông quan cầm mình chẳng đặng, liền nhảy xuống ôm lấy con trẻ mà nói rằng: « Ở con nhơn ngãi ôi! việc « con làm quá trí ông tưởng. »

Rồi quan đi tâu với hoàng đế hay sự cớ như vậy. Hoàng đế mới nghe thì mừng lắm; bèn dạy đòi ba anh em đến trước mặt mình. Hoàng đế an ủi nó, đoạn cấp lương cho nó mà thưởng; song phần em út đặng lớn hơn.

§. 10 — TRUYỆN ĐỜI XƯA, ÔNG VUA KO-RO-Ê VÀ ÔNG QUAN MI-RAN-NÊ.

Người quân tử kia, tên là Sa-dy, đã thuật truyện sau nầy. Vua Ko-ro-ê yêu dấu một quan kia, tên là Mi-ran-nê, vì quan ấy lo việc nhà nước hết lòng. Bữa kia, quan ấy xin phép vua mà thôi làm quan. Vua trả lời rằng: « Cớ sao « ngươi xin thôi làm quan? Trẫm đã tuôn xuống « trên ngươi chứa chan ơn lành: quân thần trẫm « vưng lời ngươi như vưng lịnh trẫm; trẫm đã « đặt ngươi vào trong dạ trẫm, lòng trẫm chẳng « hề lìa khỏi ngươi đâu. »

Quan tâu lại rằng: « Tôi đã phò vua tận tâm « kiệt lực, mà nay ngặt có luật nhặt buộc tôi, « là luật tự nhiên dạy tôi phải làm; nên xin phép « đức vua cho đặng làm việc ấy, vì tôi có một đứa « con, mà chẳng ai dạy dỗ nó đặng, có một mình « tôi dạy dỗ mới đặng mà thôi; ngày sau nó sẽ « giúp việc vua như tôi đã giúp xưa nay vậy. »

Vua phán rằng : « Bằng nhà ngươi thời việc quan
« thì trẫm cho phép; mà ngươi phải hứa cùng
« trẫm một điều nầy : trong thiên hạ ai khôn ngoan
« nhơn đức, ngươi hãy chỉ cho trẫm biết. Thật
« chẳng có một ai đáng làm thầy dạy dỗ hoàng
« tử trẫm về việc chánh. Vậy ngươi hãy dùng bao
« nhiêu ngày ngươi còn ở đời đây, mà làm cho
« dân một ơn trọng nầy là ơn trên hết các ơn, là
« *ngươi hãy làm cho dân đặng có một vua hiền*
« *lành công chánh.* Trẫm đã biết tỏ những kẻ
« chầu chực trẫm không ra gì, chẳng có lẽ đỗ
« hoàng tử trẫm ở chung cùng những kẻ ấy đặng.
« Vậy trẫm giao hoàng tử cho nhà ngươi đem đi
« dạy dỗ cùng con ngươi trong chốn riêng, cách
« xa sự hư thói xấu người đời, mà ở giữa kẻ nhơn
« đức thật thà. »

Mi-ran-nê cùng hoàng tử với con mình cả ba
trảy đi, mà Mi-ran-nê lo dạy dỗ hai trẻ học hành.
Khỏi năm sáu năm, người trở về đem hoàng tử
cùng con mình giao cho vua. Vua thấy con thì
mừng rỡ lắm; nhưng mà khi xét thấy hoàng tử
học thua sút hơn con ông quan, thì vua chẳng
bằng lòng, năn nỉ cùng quan Mi-ran-nê. Cho nên
quan ấy tâu rằng : « Con tôi nó hết lòng sốt sắng
« mà nghe cùng nhớ lấy lời tôi dạy dỗ hơn hoàng
« tử lắm. Tôi tận tâm dạy hoàng tử cũng
« như con tôi; song con tôi nó biết phận nó ngày
« sau cần kíp phải cậy nhờ kẻ khác; còn
« hoàng tử đã biết tỏ mình ngày sau chẳng phải
« nương nhờ ai, song kẻ khác nương mình mà
« thôi; cho nên ít lo lắng sốt sắng hơn con tôi. »

ấy con mồ côi biết lo lắng cho mình hơn là con có cha mẹ.

§. 11 — TRUYỆN HAI NGƯỜI THÁCH NHAU ĐÁNH LỘN.

Kẻ mạnh giỏi mà giúp quê hương mình, mới thật là người mạnh giỏi mà chớ.

Có truyện nói về một ông kia, tưởng là ông Tu-ren-ne, trước khi người chưa làm quan tướng lớn, thì có một quan khác thách người giao chiến riêng với mình. Người liền trả lời với quan ấy rằng : « Khi chẳng có luật dạy tôi, thì tôi không « biết đánh giặc theo ý riêng tôi, mà khi lễ luật « dạy đánh, thì tôi mới biết liều mình chịu hiểm « nghèo mà chớ. Anh tưởng anh giỏi : Hôm nay « bây giờ đang có một trận hiểm nghèo, ai đánh « đặng trận ấy, thì làm ích trọng cho quê hương, « và nên danh tiếng lớn cho mình nữa. Vậy hai « ta hãy đi xin lịnh quan lớn cho đặng đua nhau « mà đánh trận ấy : ai đánh xong thì mới biết « thật là giỏi hơn. » Quan kia nghe lời thách nầy, suy thấy sự hiểm nghèo làm vậy, thì chẳng dám chịu.

Thường thường mấy người hay thách thức đánh lộn như vậy, làm bộ giỏi bề ngoài mà thôi. Thật chẳng thiếu chi kẻ bề ngoài hay hung hăng đánh lộn, thì có danh tiếng lắm, mà khi phải vào việc giặc thật, thì giả chước làm bịnh chẳng sai,

§. 12 — CHẲNG KHÁ ĐOÁN XÉT AI KHI CÒN TRẺ MỚI LỖI MỘT PHEN.

Quan lớn Ca-ti-nat phàn nàn vì người ta đoán cho một quan trẻ kia mới lên làm quan, mà có lỗi một lần : quan lớn nầy tưởng kẻ làm quan tướng thì phải lo mà chữa sự lỗi kẻ ấy đã làm trước mà thôi, chớ chẳng khá ghi vào lòng làm chi. Cho nên người thuật lại một truyện sau nầy mà chẳng nói tên ai.

Có một ông quan mới lên chức, cai một cơ quân. Quan nầy xưa chầu vua, mà vua cũng khen người nhiều khi; nên quan lớn Ca-ti-nat nói cùng quan mới ấy rằng: « Tôi muốn làm sự nầy cho « ông biết lòng tôi thương ông, là tôi cho ông cai « cơ quân ngộ trận ngày mai cho ông lấy danh « đặng. »

Ai ngờ ông nầy chưa từng giặc, nên khi chiến trận thì làm nhiều sự trái thói quan trận lắm, phải thiên hạ chê cười xấu hổ, và nhắc đi nhắc lại những sự quấy quá người làm. Quan lớn Ca-ti-nat nghe sự như vậy mà người làm lơ, như thể không hay đi gì hết. Tới lại đòi quan ấy đến một mình mà dạy trong hai đều phải chọn lấy một, hay là sửa mình hay là vào nhà dòng cho khỏi xấu hổ. Bấy giờ chẳng những là người chẳng chút dùng dằng hứa sửa lỗi cũ mình phạm, mà lại hứa sẽ cầm binh đánh cách tử tế hơn: thật đã có như vậy. Người đã đánh trận khác cách dạn dĩ mạnh mẽ lắm, cho đến đỗi từ ấy về sau ai nấy đều khen, và quan tướng gọi người là quan rất giỏi hơn các quan khác cùng nói thêm lời nầy rằng: « người ấy sau sẽ đặng « làm lớn trong các quan. »

Ông Ca-ti-nat nói trỏng chẳng chỉ tên ai; dầu vậy mặc lòng, thật chẳng khỏi bao lâu quan trẻ ấy đặng làm lớn hơn các quan tranh lứa với mình.

Vậy chớ thấy ai lỗi một phen mà ghi trong lòng làm chi.

§. 13 — Truyện con có lòng cùng

CHA MẸ.

Trong nhà trường kia có một học trò bởi cha mẹ dòng dõi lương thiện lắm, mà người học trò ấy thường ăn canh và bánh cùng uống nước lã không mà thôi. Kẻ giữ việc trong nhà trường xem thấy học trò ấy ăn ở cách lạ hơn kẻ khác, thì thưa cùng thầy bề trên. Thầy dạy kêu học trò ấy đến mà khuyên, phải bỏ cách ăn ở khác thường thể ấy, mà theo thói chung kẻ khác, vì tưởng nó làm vậy thì là bởi có lòng sốt sắng hãm mình.

Khi ấy tên học trò làm thinh, chẳng tỏ ra vì cớ nào mà làm như vậy; thì thầy bề trên hăm đuổi nó về nhà cha mẹ, nếu chẳng sửa mình làm như kẻ khác. Học trò mới thưa rằng: « Thầy ôi ! « bằng thầy muốn biết vì ý nào, thì tôi phải tỏ

« thật. Khi xưa tôi ở nhà, chẳng có bánh khô đủ
« mà ăn, uống thì uống những nước lã không;
« ở đây tôi đặng ăn canh ngon và bánh tốt ăn
« không hết, cho nên tôi lấy sự ăn ở đây là như
« ăn tiệc; lại tôi ăn nhiều hơn nữa không đặng,
« vì tôi nhớ cha mẹ tôi ở nhà ăn cực khổ lắm, và
« chẳng có đủ mà ăn. »

Thầy ấy cùng kẻ giữ việc nghe nói làm vậy,
thì động lòng thương, mà cầm nước mắt không
đậu, vì thấy con trẻ có lòng chắc chắn thương
nhớ cha mẹ dường ấy. Nên thầy mới hỏi rằng:
« Ví bằng ông già con có giúp việc nhà nước,
« sao chẳng có lãnh lộc nhà nước mà nhờ? » Học
trò thưa rằng: « Lạy thầy, cha tôi đã giúp việc
« nhà nước, mà bởi nghèo quá sức, cho nên đã
« xin lộc trót một năm mà chẳng đặng, vì không
« có tiền mà làm đơn; bởi đó thì thà chịu nghèo
« chẳng thà đặng lộc mà phải làm nợ. » Thầy mới
nói rằng: « Ví bằng có thật y như lời con nói,
« thì thầy sẽ giúp mà xin lộc cho ông già con,
« một năm đặng năm trăm quan tiền. »

« Vậy ông già con nghèo lắm, có khi không
« cho con tiền bạc gì hết phải chăng? Thôi; thầy
« cho con ba đồng vàng nầy, là như của vua ban
« cho con dùng. Còn phận ông già con, thì để
« thầy sẽ gởi trước cho lộc sáu tháng, rồi sẽ xin
« cùng nhà nước như lời thầy mới hứa. » Học
trò ấy thưa rằng: « Thầy biết cha tôi ở đâu, mà
« thầy hòng gởi bạc đến? » Thầy trả lời rằng,
« Con chớ lo sự ấy, thầy sẽ lo thể cho biết mà
« gởi đặng. » Học trò nghe nói vậy, thì thưa rằng:

« Lạy thầy, nếu thầy có kiếm thế đặng mà gởi
« tiền bạc cho cha tôi, thì tôi xin thầy gởi ba đồng
« vàng thầy mới cho tôi đi luôn thể cho cha tôi;
« bởi vì ở đây tôi chẳng thiếu sự gì mà phải dùng
« vàng ấy, còn ở nhà cha tôi thì chẳng có mà giúp
« anh em tôi. »

§. 14 — TRUYỆN NGƯỜI BÁN VƯỜN LẬN.

Có một bá hộ kia, tên là Ca-ni-ô, ở thành Rô-ma,
có tính hay chơi bời, ít trí lắm; lão ấy đi qua
thành Sy-ra-cu-sa, mà chăm lo một việc cho
đặng ở không nhưng mà thôi. Lão gặp ai thì
nói mình có ý mua một cái vườn, cho đặng
mời bạn hữu mà chơi bời. Thời may gặp ông
Phi-ti-ô; lão cũng nói mình muốn mua vườn. Ông
ấy chẳng lành thì chớ, mới nói với nó rằng : « à,
« anh muốn mua vườn, tôi có một miếng, mà tôi
« không bán. Song le anh có muốn dùng, thì tôi
« để lại cho anh mà thôi. Vậy mai anh đến nơi
« vườn tôi mà ăn tiệc cùng tôi chơi. » Ca-ni-ô liền
chịu đi.

Chủ vườn ấy thì có danh giàu có, nên mới kêu
bọn ghe hay bắt cá đến trong vườn mình,
mà bắt cho đông, vì vườn ấy có một cái ao hồ lớn
thông ra biển, mà ông cũng dặn các ghe bắt cá
ngày mai phải làm thế nào cho kẻ ăn tiệc coi chơi.
Sáng ngày Ca-ni-ô lật đật đến, thấy người ta ăn
tiệc cách trọng thể vui vẻ lắm; có nhiều ghe nhiều
kẻ bắt cá trong hồ, và đua nhau đem cá mà dưng

cho kẻ ăn tiệc, cá đổ cả đống. Ca-ni-ô thấy vậy thì rằng : « cha chả ! sự lạ lùng : cá nhiều lắm, « ghe cùng người ta bắt cá vui lắm ! » Ông chủ vườn nói rằng : « Anh đừng lấy làm lạ làm chi; « trong cả thành nầy người ta có bắt cá đâu đặng, « trừ ra có một chỗ nầy có nước sâu có cá nhiều « mà thôi. »

Ca-ni-ô nghe vậy, thì ham quá sức, này nỉ mà mua : chủ vườn không muốn bán; dục dặc lâu lâu thì mới chịu bán cho. Ca-ni-ô chí quyết mua cho đặng, thì mua vườn cùng nhà, và các đồ dùng hết, chẳng kể giá thấp cao, đòi bao nhiêu thì liền trả bấy nhiêu, và làm tờ lập tức.

Việc xong đoạn, Ca-ni-ô mời bạn hữu mình mai tới đó ăn tiệc chơi. Tản sáng lão thấy vườn vắng hoe, chẳng có một người nào dưới hồ mà bắt cá, thì mới hỏi lối xóm rằng : « Chớ các người « có biết làm sao hôm nay người ta nghỉ hết, « không ai bắt cá ? » Hàng xóm mới trả lời rằng : « Không biết, mà thường người ta bắt cá ngoài « biển; có ai bắt cá ở đây đâu ? Có một ngày hôm « qua họ đến bắt đây đông vậy mà thôi. » Ca-ni-ô nổi giận hung quá, mà chẳng biết làm sao đặng.

Ấy ăn ở như người nầy, là trái phép lắm. *Khẩu tâm bất nhứt*, ấy là giả trá gian lận mà chớ.

§. 15 — TRUYỆN KẺ LÀM PHƯỚC MÀ CHẲNG MUỐN KHOE DANH.

Xưa, trong thành Mar-seil-le, có một người, tên là Ro-be-tô, làm nghề đưa đò. Dang khi người chực mối đò, thì vừa có một ông kia tử tế xuống đò khiến chèo ra ngoài khơi mà hóng mát. Khi Ro-be-tô đang chèo đi, thì ông kia ngồi ngó nhắm hình dạng nó, mà xét hình ấy chẳng phải hình dạng chèo đò, cho nên hỏi rằng: « Tôi xem « đi xem lại diện mạo chú, chẳng phải là diện « mạo người chèo đò; mà sao chú đi chèo đò « vậy ? » Ro-be-tô nói rằng: « Ông nói phải lắm: « tôi đây đưa mấy ngày Chúa nhựt mà thôi, vì có « ý kiếm một ít tiền bạc. » Ông kia rằng: « Chú « tuổi còn trẻ mà đã mắc tật hà tiện vậy sao ? » Ro-be-tô rằng: « Thưa ông, tôi chẳng phải hà « tiện, song có việc ngặt trong gia đạo, nên tôi « mới ra thân đi chèo đò mướn làm vầy kiếm tiền, « song chẳng có kiếm mà tích trữ đâu. »

Ông kia hỏi: « Chớ tích cớ làm sao mà ngặt « vậy ? Ta hãy đi cho lâu mà nói truyện; chú hãy « nói cho tôi hay với ? » Ro-be-tô mới thưa rằng: « Ông hỏi thì phải tỏ thật sự ngặt làm cho tôi « buồn rầu, là bởi thuở trước, trong gia sự tôi, « cũng khá có vốn; vậy ông già tôi dọn dẹp sắm « sửa một chiếc tàu mà đi buôn. Chẳng may tàu « đi bị phải tay kẻ cướp chiếm đoạt cả và gia « tài hết, lại bắt ông già tôi về làm tôi nó trong

« thành Tỏ-tu-an; nếu chúng tôi có hai ngàn
« đồng bạc, thì mới chuộc người về được. Nhưng
« mà trong gia đạo tôi, thì nghèo quá sức, vì đã
« bị chuyến đi buôn ấy ráo trơn, bây giờ không
« biết lấy chi mà chuộc ông già tôi. Bởi đó cho nên
« mẹ con chúng tôi hết thảy lớn nhỏ đều làm việc
« tới ngày sáng đêm, cho đặng kiếm tiền bạc mà
« chuộc ông già tôi về. Ngày thường tôi làm nghề
« khác; tới ngày Chúa nhựt, thì tôi đi đưa đò
« chẳng bỏ hở ngày nào, cũng có ý đặng tiền mà
« cứu cha tôi mà thôi. Khi trước tôi tính muốn đi
« ở tù, mà làm mọi kẻ cướp thế cho cha tôi; mẹ
« tôi hay tôi tính như vậy, thì chẳng cho, cùng
« viết thơ cho các chúa tàu, bảo đừng ai cho tôi
« quá giang : nên tôi ở làm nghề, và đưa đò ngõ
« đặng chuộc cha tôi. »

Ông kia lại hỏi rằng : « Vậy mà chú có đặng tin
« chớ ông già ở bên làm nghề gì, ở với chủ
« nào ? » Ro-be-tỏ thưa rằng : « Tôi có đặng tin
« cha tôi làm việc trong vườn vua; chủ ông già
« tôi ở cũng tử tế, mà ngặt một đều, là cha con
« phân rẽ chẳng đặng thấy nhau; nên mẹ tôi cùng
« các anh em chị em đều thảm sầu lắm. » Ông kia
« rằng : « Mà trong chỗ ấy người ta kêu ông già
« chú tên gì ? » Ro-be-tỏ thưa rằng : « Cũng kêu
« tên Ro-be-tỏ như khi ở đây. » Ông ấy lại nói
rằng : « Tôi hỏi, thì tôi chạnh lòng thương lắm,
« và tôi chúc cho chú ít lâu nữa sẽ đặng thấy mặt
« ông già chú. » Nói đoạn vừa tới bờ : ông ấy
bước lên, thì trao cho Ro-be-tỏ một đảy có tám
đồng vàng và mười đồng bạc; rồi vụt ra đi mất

tức thì, Ro-be-tô chẳng kịp cám ơn người lời gì.

Khỏi sáu tuần lễ, đang khi mấy mẹ con ăn cơm cách bần tiện cùng nhau trong nhà, thì ông Ro-be-tô vừa về tới giữa mấy mẹ con, ăn mặc tử tế. Mẹ con ngó thấy ông, thì ai khôn kể xiết sự vui mừng những kẻ ấy!

Ông Ro-be-tô cũng hết sức mừng rỡ, và cám ơn vợ con mà rằng: « Ớ vợ hiền con thảo, ta cám « ơn vợ cùng con lắm, vì đã gởi tiền của rất nhiều « mà chuộc ta về, lại cũng gởi mà sắm sửa ăn « mặc, và tiền đi quá giang, cùng ngoại dư năm « chục đồng bạc tùy thân mà dùng! » Mẹ con nghe ông già cám ơn mình làm vậy, thì bợ ngợ chẳng hiểu ý chi và nhìn nhau cùng lấy làm dị kì lắm. Bà vợ khi ấy cất tiếng mà rằng : « Tôi tưởng sự « nầy là tại nhờ có con trưởng nam, bởi làm việc « giỏi và cậy các bạn hữu giúp thì đã lo đặng việc « nầy; vì khi trước nó đã sẵn lòng đi ở tù thế cho « ông, mà tôi không cho. »

Người cha nghe bà ấy nói vậy, thì xấu mặt mà sinh lòng nghi trái cho con trưởng nam mình, hoặc là đã làm cách gì trái lẽ mà đặng bấy nhiêu của cải ấy chăng. Con trưởng nam, là người đưa đò, thưa cùng cha mình rằng : « Ớ cha ôi! xin « cha chớ ngại con gian tham hay là làm sự gì: « trái lẽ mà đặng của ấy; con không có như vậy « con mới nhớ lại, cùng xét đặng người làm ơn « dường ấy cho cả nhà ta. Ớ mẹ ôi! chớ mẹ có « nhớ bữa kia có một ông lớn đi đò tôi, đã đưa « cho tôi một túi bạc. Ông ấy đã hỏi thăm tôi các « đều về cha tôi; thật là người đã làm phước cho

« cha tôi về đây chẳng sai. Lâu nay tôi hết lòng
« tìm kiếm ông rất nhơn đức ấy mà cám ơn
« người, song le không gặp đặng, chẳng biết
« làm sao. »

Từ ấy về sau hai ông bà cùng mấy con làm ăn
đặng khá lắm; nhưng vậy còn thiếu một đều là
chưa gặp đặng kẻ đã làm phước cho mình mà
đền ơn trả thảo. Tình cờ có một ngày kia, con
trưởng nam đi đàng trong chợ, gặp ông rất nhơn
đức ấy giữa đàng, thì quấn quíu ra như sảng sốt
cùng sấp mình xuống dưới chơn ông ấy mà rằng:
« ờ, ông ơi! ông đã làm phước cho tôi! » Ôm ông
ấy mà nói bấy nhiêu lời mà thôi. Ông ấy mới dỗ
người tỉnh lại mà nói rằng: « Chú làm gì vậy? »
Người ấy thưa rằng: « ờ ông, ông quên ông Ro-
« be-tô là kẻ ông đã làm sống lại cùng cả và nhà
« người hay sao? Ông kia rằng: « Chú lầm mà
« nói làm vậy, chớ có phải tôi đâu; tôi là người
« ở xứ khác mới tới đây hai ba bữa rày. » Song
Ro-be-tô quả quyết ông ấy là người đã làm ơn,
cùng xin mời người vào nhà. Khi hai người cãi
đi cãi lại dục dặc nhiều lời, thì người ta xúm lại
đông mà coi cùng nghe sự làm vậy; bỗng chúc
ông kia liền vụt chun trà trộn trong người ta mà
trốn đi mất; Ro-be-tô kiếm hết sức chẳng đặng.

Có lẽ đến nay chưa ai biết đặng tên ông làm
phước ấy; song nhờ có con ông ấy, vì khi người
qua đời, thì con người mới soạn các giấy tờ sổ
sách, thì thấy cha mình biên trong sổ đã gởi cho
một ông kia, trong thành Ca-di, sáu ngàn năm

trăm quan tiền : dầu số ấy đã bối rối, nhưng mà người con có ý muốn biết gởi tiền ấy làm chi; cho nên gởi thơ cho ông đã lãnh bạc ấy mà hỏi cho biết, chẳng phải mà đòi. Vậy ông kia gởi thơ trả lời lại mà rằng: « Tiền đó là của ông Mon-tes- « quieu đã gởi mà cậy tôi chuộc một người kia, « tên là Ro-be-tờ, phải làm tôi. »

Khi trước ông Mon-tes-quieu nầy cũng năng tới trong thành Mar-seil-le mà thăm viếng em gái người có chồng ở đó. — Ấy là gương dạy làm phước thì chớ khoe danh.

§. 16 — Truyện thú vật mà cũng biết ơn.

Dầu thiên hạ ai ai đều chớ ghét kẻ có lòng vong ân bội ngãi, nhưng vậy cũng chẳng thiếu chi kẻ mắc lấy tính xấu xa ấy. Thật thì chẳng có sự gì tỏ ra lòng hèn hạ và đáng chớ ghét cho bằng sự vô ơn bạc ngãi, dầu mà thú vật cũng gớm ghiếc sự ấy nữa.

Có nhiều tích truyện thú vật, mà biết đền ơn trả thảo cách lạ lùng cho những kẻ đã làm ơn cho nó. Thật những truyện ấy thì làm cho loài người phải xấu hổ mà chớ. Có truyện sau nầy làm chứng thật y như vậy. Truyện bà kia *làm mụ cho sư tử.* Dang khi dân Y-pha-nho bị trùng vây trong thành Buê-nos Ay-res, thì quan nguyên soái cấm nhặt chẳng cho ai ra khỏi thành; mà sau quan lớn ấy thấy những kẻ ở trong thành đã gần phải đói, thì bắt lính cầm súng canh cửa các nơi, và dạy lính canh thấy ai ra ngoài thành, thì phải bắn chết tức thì, chớ tha.

Nhơn vì sự ấy, dân trong thành dầu đói lắm mặc lòng, cũng chẳng dám ra ngoài thành. Nhưng mà có một bà kia, tên là Mal-do-na-ta, lén các vọng canh mà trốn ra dặng; mới đi bông lông trong rừng vắng vẻ, thì may gặp một hang đá xa thành, tưởng ở đó đã khỏi lo sự gian nan hiểm nghèo. Ai ngờ mới chun vào hang ấy, trực thấy một con sư tử cái có chửa! thì thất vía hồn kinh, chẳng biết chạy đâu. Sảng sốt một hồi lâu lâu, thì hồi tâm lại một chút, thấy con sư tử làm bộ hiền lành mơn trớn cùng mình, thì mới bớt sợ mà tỉnh lại, và xét thấy con sư tử làm như vậy, là có ý muốn nhờ mình giúp làm mụ cho nó, vì đã gần đẻ: mà sự đã có thật như vậy. Bà ấy đã có lòng dạn mà giúp con sư tử sanh đẻ xong, và chẳng phải nao; vậy cả hai chẳng những là mừng rỡ, mà lại hễ lần nào sư tử bắt dặng thịt gì, thì đem về chia cho bà; nên bà ấy khỏi đi kiếm ăn cũng chẳng đói bữa nào.

Sư tử ấy làm như vậy mãi cho đến khi con nó nên trộng trộng, thì nó mới đem con nhỏ mình ra mà tập đi kiếm ăn ngoài đồng: từ ấy bà mụ sư tử chẳng còn thấy nó nữa, thì mới ra khỏi hang mà đi kiếm ăn. Chẳng khỏi bao lâu, người xứ ấy gặp bà bắt đam về làm tôi mọi mình. Sau, nhờ ơn Chúa giúp, thì quân Y-pha-nho cứu lấy người dặng lại đem về trong thành. Khi ấy quan lớn đi khỏi, thì có quan khác thế quờn; ông nầy độc dữ lắm, nên khi hỏi bà ấy, thì làm án xử tử, dạy lính đem người ra ngoài thành, đóng nọc buộc ngoài cho chết đói đi, hay là muông thú sẽ ăn thịt, vì khi trước sợ đói mà phạm lịnh.

Khỏi vài bữa, quan ấy sai ít tên lính ra thăm coi thử bà ấy ra làm sao? Chẳng ngờ lính ra thấy bà còn sống sức khỏe chẳng phải nao! Thấy có nhiều cọp sư tử ở xung quanh, mà chẳng có con nào dám bắt bà, vì có mẹ con sư tử bà đã làm mụ khi trước đứng kề chơn bà ấy, mà giữ cho khỏi thú khác ăn thịt. Bà nhìn biết sư tử đã gặp trong hang khi trước. Lính thấy làm vậy thì muốn mở bà ấy ra, mẹ con sư tử thấy lính lại gần, thì gian ra xa xa dường như tránh cho lính mở kẻo mà sợ. Mở ra rồi, bà ấy mới thuật lại tự sự cho lính nghe: đoạn lính cùng bà sắm sửa về thành; thì mẹ con sư tử nhảy lại mừng rỡ, như thỏ thương tiếc bà ấy phải về, chẳng đặng thấy mặt người nữa mà từ giã vậy.

Lính trở về thành, thì thuật lại mọi sự mình đã thấy và đã nghe cho quan lớn hay. Bấy giờ quan ấy xét mình phải tha lỗi cho bà, là kẻ Chúa đã binh vực giúp đỡ dường ấy cho khỏi chết: và lại cũng xét nếu mình chẳng tha, thì thiên hạ sẽ lấy mình làm dữ tợn hơn muông thú chẳng sai; nên quan đã tha tội cho bà già, cùng cho về nhà nữa.

§. 17 — TRUYỆN KẺ CÓ LÒNG MẠNH MẼ MÀ CHỊU GIAN NAN.

Trong sách sử nước I-ta-li-a thuật lại truyện nầy rằng: có một người đã mắc phải nhiều sự rất gian nan khốn nạn lắm; khi tình cờ gặp một người bạn hữu mình, thì thuật lại mọi sự ấy cho người nghe, đoạn thì hỏi rằng: « Phải mà anh « gặp những sự ấy, thì anh làm sao? xin nói cho « tôi hay. » Bạn hữu trả lời rằng: « Ôi! phải tôi « mắc những sự như vậy, thật tôi không thèm « nói láo, tôi tự vận chắc, chẳng sống làm chi mà « khốn nạn thể ấy. » Người kia mới trả lời cho « người bạn ấy rằng: « Anh nói vậy sao? Anh « không sức chịu cực gì hết sao? Anh non lòng « yếu đuối dường ấy sao? Tôi đã làm khác hơn « anh, tôi đã chịu các sự mà chẳng thèm tự vận. »

Vậy mới gọi là kẻ mạnh mẽ trong những sự gian nan ở đời nầy.

§. 18 — TRUYỆN NGƯỜI HỒNG-MAO KIA.

Trong nước Hồng-mao có truyện đáng cười sau nầy: có một người dòng dõi sang trọng, ước ao cho đặng người ta chọn mình làm người trong bộ nghị nhà nước; cho nên người ấy làm bộ khiêm nhượng, mà vào trong nhà một người thợ đóng giày kia. Chủ nhà chào ông ấy mà rằng: « Ông đến đây có chuyện chi? » Ông ấy trả lời rằng : « Tôi có một sự, đến cậy chú giúp ; là dân « đã chọn tôi vào làm người bộ nghị nhà nước, « mà còn thiếu một người chọn nữa, thì tôi mới « đặng : nên xin chú chọn tôi cho đặng xong. » Thợ giày rằng : « Nếu vậy, thì ngồi đây nói truyện « cùng tôi chơi một lát, cho tôi biết ông làm sao « một chút, rồi chọn ông mới đặng. »

Thợ giày lại rằng : « Ông có biết uống rượu « mạch nha chăng ? Tôi có mở một chai mà uống « còn dư đây, ông hãy uống với tôi mà chơi ; « vậy lấy cái chén của tôi mới dùng đó mà uống, « cùng chúc cho tôi sức khoẻ, tôi cũng chúc cho « ông vậy. »

Ông kia rằng : « Chú muốn làm vậy, thì tôi cũng « ép mình chịu theo ý chú mà uống. » Khi uống rồi người thợ lại biểu rằng : « Tôi hay hút thuốc, « cho nên ông hãy lấy mà hút. » Ông kia trong ý giận thầm mà nói rằng : « Thật chú chê bai tôi « quá ! Chú muốn làm sao thì tôi cũng phải chịu « theo như ý chú vậy. » Nói đoạn thì lấy mồi lửa cùng ống điều người thợ mà hút. Rồi cả hai ngồi mà truyện vãn cùng nhau một chặp lâu.

Người thợ giày thấy mình hèn hạ, mà bắt ép đặng ông sang trọng thể ấy chịu theo ý mình, n.à làm những đều hèn hạ xấu hổ, thì đuổi ông ấy ra khỏi nhà mình mà rằng : « Ông là người không « ra gì ; nên hãy ra khỏi nhà tôi lập tức : chớ « trông tôi sẽ chọn ông như ông xin vậy. Tôi « chẳng hề chịu hạ mình xuống mà chọn người « chẳng biết phép, và làm nhiều đều hèn hạ, cho

« đặng nhắc lên bực cao bao giờ.

Ấy chẳng khá bỏ mình cho đặng bực sang trọng hay là ích lợi gì.

§. 19 — TRUYỆN KẺ NÊN SANG MÀ CÒN MANG PHẬN CŨ.

Có một người con thợ đóng giày kia ở thành Mê-lun, tên là Gia-cô-bê A-my-ot, khi còn trẻ thì bỏ nhà trốn cha mẹ mà đi; rủi thời đi lạc dọc dàng xoang bịnh. Vừa may có một ông bá hộ kia đi qua dàng ấy, gặp con trẻ nầy đau nằm xiểu một bên mé ruộng, thì động lòng thương xót, cùng bồng nó để trên ngựa sau lưng mình mà đem vào thành kia, gởi cho nhà thương nuôi. Con trẻ ấy liệt là bởi đói quá, nên mau lành bịnh, vậy kẻ coi nhà thương cho phép về nhà, và cũng đưa cho mà đi dàng mười hai đồng vàng. Đến sau người nầy đặng chức lớn làm giám mục, thì người dưng cúng một ngàn hai trăm đồng bạc, cho nhà thương đã cho người mười hai đồng vàng thuở trước.

Trong đời có ít kẻ khi nên giàu có sang trọng, mà có lòng mạnh mẽ chẳng sợ hổ người xưng ra gốc mình cũ là hèn hạ.

§. 20 — Truyện người mẹ tha cho kẻ giết con một mình.

Xưa, trong thành Pha-đô-a có thói xấu nầy : là những người trai dang thì, quen cầm súng mà đi dạo ban đêm trong thành, hễ gặp ai thì hỏi, nếu người nó đã hỏi đáp lại chẳng vừa ý, thì nó bắn. Vậy có một người trai kia đi dạo trong thành ban đêm thể ấy, gặp một người trai khác, cùng hỏi ai đi đó ? Song người nầy chẳng đáp lại, cho nên người kia bắn nhằm mà chết. Khi nó thấy mình đã bắn chết một người, thì sợ hãi lắm. Gần chỗ ấy vừa có nhà bà góa kia quen, vì con trai bà ấy là bạn học cùng nó; cho nên nó trốn ẩn trong nhà bà ấy, xin bà cứu giúp, vì mới giết một người nên chẳng lẽ khỏi quan tìm mà bắt. Vậy bà ấy đam nó ẩn trong phòng kín. Khỏi một buổi, thì người ta đam xác người đã bị giết vào nhà bà ấy nữa; bà liền nhìn thật là con mình, cho nên khóc lóc than trách người nào bạc ác đã giết con mình làm vậy. Khi người kia nghe thể ấy, liền biết đã giết lầm bạn hữu mình, là con một bà ấy; cho nên ra lạy bà, song nó chẳng xin bà tha, một xin nộp cho quan xử tội mà thôi, thì mới đền cho xứng tội mình. Song bà ấy là kẻ có lòng đạo đức, lại nhớ lời Chúa đã phán rằng « *Bay hãy* « *làm ơn cho kẻ làm dữ cho bay,* » cho nên chẳng nộp; một an ủi nó ăn năn trách mình, cùng bảo nó trốn đi mà thôi.

§. 21 — Anh hùng Ma-no-e.

Khi quân Tây-sơn đã dẹp loạn trong các xứ thuộc về mình, mà thấy quân Đông-sơn rước và xin giúp mà đánh vua, thì sắm sửa đem binh sĩ lại vào Đồng-nai đánh giặc một lần nữa. Vua nghe tin ấy chẳng lấy làm lo chút nào, bởi vì có nhiều tàu nhiều ghe, cùng chở khí giái sẵn, lại có nhiều binh sĩ lắm. Vậy vua dạy các quan và các binh sĩ đi dón quân giặc. Trước hết có ông Ma-no-e, là người Pha-lang-sa, cai một chiếc tàu lớn. Chẳng hay những tàu vua đi ngược nước mà chưa ra cửa, liền gặp những thuyền quân giặc Tây-sơn vào cửa đi xuôi nước. Mấy tàu vua có một chiếc đi trước là tàu ông Ma-no-e ngăn đón chẳng cho quân Tây-sơn vào.

Bấy giờ quân quan thấy tàu quân Đông-sơn vào cửa mà chạy xuôi nước thuận gió làm vậy, thì kinh khiếp cả. Còn ông Ma-no-e chẳng quen đàng thì tàu phải nơi cạn mà chẳng còn đi được, lại chẳng có ai lấy lòng bạo dạn đến cứu mình. Quân trong tàu thấy làm vậy, mà quân giặc ở gần lắm thì mất vía. Lại thấy tàu đã bè vào bờ sông, nên quân ấy chạy trốn chẳng còn ai ở lại. Ông Ma-no-e ở một mình trong tàu thô ấy, thì túng lắm; song chẳng ngã lòng đâu, một dốc lòng cứ thói quân lính bên Tây mà đánh mạnh bạo cho đến chết. Quân giặc thấy tàu phải cạn thì đua nhau đến bắt. Nhưng mà bao nhiêu người xuống dưới tàu ấy thì ông Ma-no-e chém đi hết. Song bởi quân ấy nhiều mà ông Ma-no-e có một mình, thì chẳng làm chi được. Bấy giờ ông ấy thấy tàu đã đầy quân giặc, thì xuống dưới lòng vét nơi đã quen trử thuốc súng mà đốt đi; cho nên bỗng chúc cả thuyền vỡ ra cháy đi cách gớm ghiếc lắm, mà bao nhiêu người trong tàu chết hết, và những chiếc tàu ở xung quanh thì phải vỡ cả. Ông Ma-no-e chết cách khốn nạn làm vậy; song le thiên hạ khen là *anh hùng* chết cách xứng đáng quân lính mạnh bạo.

Nguyên ông Ma-no-e ấy chẳng phải là quan, cũng chẳng phải là người có danh tiếng gì bên Phương-tây. Ông ấy ở một quê cùng Đức-thầy Về-rô, mà đã sang Ma-cao cho được buôn bán, thì làm bạn tàu mà thôi. Đến sau người xuống tàu Bút-tu-ghê mà qua nước Cao-mên; mà bởi đã biết Đức-thầy Về-rô khi trước, thì xin ở lại làm đầy tớ giúp người, mà làm các việc trong nhà như nấu nướng đồ ăn, may vá quần áo *vân vân.*. Người có ý tứ lắm, và có lòng đạo, nên Đức-thầy thương cách riêng. Và lại người quen nghề võ cùng việc đi tàu, thì Đức-thầy dưng cho vua, để giúp các việc dọn khí giái và đóng tàu như thói bên Tây vậy. Vua thấy ông ấy ở khôn ngoan và có ý liệu các việc giúp vua, thì trọng người cách riêng và đặt làm quan. Đến sau khi vua nghe ông ấy đã liều mình chết cách bạo dạn thể ấy, thì thương tiếc là dường nào.

§. 22 — Đức-Thầy Vê-rò d'Adran
lầy lòng bao dung với kẻ thù
ghét và cáo gian mình cùng
Vua là thế nào.

Đời Vua Gia-long, có quan lớn kia, tên là ông Giám, thuở đầu có lòng ghét sự đạo, mà bởi đã nói lẽ đạo với Đức-thầy nhiều lần, thì quyết trở lại chịu đạo. Từ ấy về sau người ra ngoan đạo, nên các quan khác một ngày một thêm ghét Đức-thầy.

Vậy có mười chín ông làm bản tấu mà cáo Đức-thầy nhiều đều, cùng xin vua dừng cho người làm thầy dạy ông Đông-cung nữa. Vua thấy đều ấy thì giận quá cùng trách các quan nặng lời; lại có ý giấu chẳng cho Đức-thầy biết sự ấy. Đức-thầy hay các việc, thì tàn rằng : «Vua « đã tỏ mọi sự xưa nay, là mình có ý ở hết lòng « giúp việc nhà nước thể nào. Mà rày các quan có « lòng ghét làm vậy, thì xin từ các chức vua đã « ban cho, để lo một việc coi sóc bổn đạo mà thôi.» Bấy giờ vua thấy người biết mọi sự, thì ra dấu phiền muộn, cùng cho người xem bản tấu các quan đã dâng; lại cho người biết mình có ý phạt các quan ấy thể nào.

Đức-thầy xin nài vua tha mọi sự cho các quan cho yên việc; lại bởi có nhiều việc khác các quan cũng ghen tương, nên người quyết bỏ nước Annam mà về bên Ma-cao. Vua đã dọn chiếc tàu đưa người đi, song khi đã hòng xuống tàu thì vua hồi tâm lại, mà chẳng cho Đức-thầy trảy đi.

Vốn từ đầu chí cuối vua chỉ một lòng với Đức-thầy chẳng đổi bao giờ; lại càng quen người thì càng phục, và tỏ ra lòng yêu mến tin cậy người. Đức-thầy thấy sự làm vậy thì năn nỉ lắm, vì có ý cho an lòng mọi người chớ ai ghét và bắt nét làm chi; nên xin nài vua tha sự dạy ông Đông-cung, lại người chẳng đi chầu vua nữa. Vua đến thăm hay là mời người cách riêng thì mới đến mà thôi. Các quan càng ra sức làm mất lòng người, thì vua càng có ý vì nể, năng đến thăm bàn việc nọ việc kia với người.

§. 23 — ĐỨC-THẦY VÊ-RÔ TRẢ ƠN
CHO KẺ LÀM OÁN LÀ THỂ NÀO.

Đức-thầy phải có ý tứ giữ mình lắm kẻo ai đặng bắt nét đều gì; người lại chỉ ra sức lấy sự lành mà trả cho kẻ toan làm sự dữ cho mình. Vì chưng chẳng khỏi bao lâu trong mười chín ông đã cáo gian, thì có hai ông phải tội rất nặng và đã phải luận chết chém. Vậy người xin đặng vua tha tội cho. Những quan lớn khác cũng đã đặng miễn tử vì người đã xin vua tha cho, thì hơn mười lăm ông.

Dầu người có công giúp việc nhà nước, và hay lấy lòng nhơn đức làm sự lành cho người ta thể ấy mặc lòng, song đến sau lại có quan lớn kia cáo

các Thầy-đạo hay khoét con mắt người ta để mà
làm ngọc; lại rằng : *mình đã vào nhà thờ kia, thì
thấy tỏ tường một bình đầy những con mắt Thầy-
đạo đã khoét thể ấy.* Việc nầy đã đến tai vua, mà
các quan nói thêm nói thừa nhiều đều chỉ trách
sự đạo. Bấy giờ Đức-thầy xin vua lo liệu tra xét
việc ấy cho đến gốc; hoặc có thật, thì cứ phép
mà phạt các Thầy-đạo, nhược bằng chẳng thật,
thì cấm chẳng đồ ai hư không bỏ vạ cho sự đạo
làm chi.

Vua đòi quan ấy đến mà ép làm chứng các đều
đã cáo cho các Thầy-đạo mà rằng : « Ví bằng có
« chứng cớ tỏ tường về dàng ấy, thì sẽ phạt các
« Thầy-đạo mắc tội nặng chẳng tha, nhược bằng
« quan đã nói chẳng thật thì phải chết chém mà
« chớ. » Quan ấy xin vua cam chịu đều ấy, vì *con
mắt mình đã xem thấy tỏ tường thì thật lắm !*
Nhơn vì sự ấy vua sai ba bốn quan lớn đi đến nơi
đã chỉ, lại ông ấy cũng đi với nữa. Bấy giờ thấy
vua tra chứng cớ đều ấy cho thật, thì mới biết
dàng sợ mà chữa mình rằng : *nghe người ta nói
thì ngờ là sự thật !* Vua chẳng chịu lẽ ấy, một bắt
phải đến nơi; mà bởi chẳng tìm thấy di gì sớt, thì
vua luận ông ấy phải chết chém.

Đức-thầy nài xin hết sức thì vua mới tha. Từ
ấy về sau các quan chẳng ai còn dám cáo sự khoét
con mắt người ta nữa.

§. 24 — ÔNG GIÁM LÀ NGƯỜI TRUNG THẦN VÀ ĐẠO ĐỨC LÀ THỂ NÀO.

Vua Nguyễn-anh đã bắt đặng xứ Qui-nhơn thì chưa đặng vui mừng cho trọn, vì quan đại thần có đạo, tên là ông Giám, phải bịnh chết, mà vua lấy làm tiếc hết sức.

Vốn ông Giám thuở đầu chẳng có đạo, lại ghét sự đạo hết lòng nữa; mà bởi đã quen biết Đức-thầy Vê-rô, cùng nói lẽ đạo với người nhiều lần, thì quyết trở lại chịu đạo như đã nói trước nầy. Từ ấy về sau thì ông nầy rất ngoan đạo, có lòng sốt sắng giữ các lễ phép cho trọn, lại lo liệu cho em, con, đầy tớ đặng trở lại chịu đạo nữa. Trong các giáo hữu chẳng thấy mấy người đạo đức khiêm nhượng như ông nầy. Phần đời thì người rất khôn ngoan khéo liệu các việc. Vua phú việc gì thì làm nên việc ấy, cho nên vua yêu cách riêng. Vả lại ông nầy ăn nói lịch sự với mọi người, nên ai ai đều phục hết.

Đến khi người phải bịnh, thì càng tỏ ra lòng sốt sắng kính mến D. C. T. hơn khi trước. Dầu liệt lào đau nặng mặc lòng, song chẳng ra dấu phàn nàn bao giờ, một bằng lòng chịu khó vác cây thánh Giá theo chơn D. C. G. Đêm ngày hằng than thở cùng D. C. T., và đặt ảnh chuộc tội gần giường mà nhìn xem liễu, cho đặng nhớ sự thương khó D. C. G. Ban hôm sớm mai đến giờ đọc kinh, thì biểu người ta quì gần giường mình nằm mà đọc kinh; song bởi vì chẳng còn sức mà chồi dậy, thì biểu đầy tớ đỡ mình lên mà quì gối cho đặng thông công với người ta. Khi đã chịu các phép cách sốt sắng lắm thì qua đời, mà thiên hạ tiếc là đứng thánh.

§. 25 — VUA GIA-LONG KHÔN NGOAN TRA XÉT SỰ PHAO VU LÀ THỂ NÀO.

Có một lần, các quan đồng tình với nhau, cáo các Thầy-đạo hay làm bùa mà làm hại người ta lắm. Các quan cũng đem một người kia, làm tang tích đến trước mặt vua mà cáo rằng: « người nầy đã bị bùa các Thầy-đạo làm, nên ra cảm « chẳng còn nói đặng lời gì nữa. » Vua đã hiểu ý, thì giả giận mà phán rằng: « Ai ngờ là những « Tây-dương nhơn có lòng độc đến đỗi ấy! Bề « ngoài xem ra hình như có ý sang bên nầy mà « giúp ta, song thật có ý làm hại ta. Xưa rày thấy « quân ấy dối ta nhiều lần, cho nên ta chẳng còn « tin nó nữa. Vả lại chẳng có lẽ ta phải sợ đâu, « vì ta cũng có bài thuốc phá các bùa đi. »

Vua phán làm vậy đoạn, thì vào trong phòng, lấy một bát nước lã đã pha một hai giống vào cho ra nước đỏ, mà bảo người cảm uống thuốc ấy cho lành. Nó uống một chút vừa rồi liền kêu một hai: *đau bụng!* Ấy thuốc vua dọn cho uống thì rất hiệu nghiệm là ngằn nào, vì mới uống một hớp mà đặng lành đã.

Bấy giờ vua truyền đóng gông thằng ấy và

đánh cho đau, mà tra khảo cho biết nó đã đồng tình với ai mà bỏ vạ thỏ ấy. Khi đầu nó chẳng dám nói; nhưng mà bởi đau lắm thì xưng rằng: « *Quan đại thần kia đã đút tiền,* » lại rằng: — có 50 người đã đồng tình với mình mà bỏ những tiếng xấu thỏ ấy cho các thầy đạo, cùng có kẻ tụ tập với mình mà giết Đức-thầy nữa,

Vua bắt đặng tám người trong những quân ấy, thì truyền chém tức thì. Từ ấy về sau chẳng ai dám nói đều gì quấy quá làm vậy nữa.

§. 26. — QUAN CUNG-TRUNG-PHÚC LÀM GAN DẠ LÀ THỂ NÀO.

Khi vua Gia-long vây thành Qui-nhơn lần thứ ba mà lấy chưa đặng, cho nên ngã lòng muốn triệu binh về Đồng-nai, thì có một quan lớn kia, tên là Cung-trung-phúc, có danh tiếng gan đảm đánh giặc. Người có ý lập công với vua, thì lấy ý riêng mà ra sức đánh trả quân giặc kia khi chẳng ai biết. Chẳng hay ông ấy mắc quân giặc lừa mà thua trận, lại quân mình bị tử trận hầu hết.

Ông ấy trốn đi được; nhưng mà khi về dinh thì các quan đều chê cười, mà vua thì quở nặng đều. Bởi đó cho nên ông ấy có ý rửa sự xấu hổ, thì đem một ít quân mạnh bạo, mà ban đêm khi chẳng ai ngờ, thì xông đánh lấy một lũy rất mạnh vua đã xây khi trước, mà quân giặc đã bắt được. Ông ấy lại đánh được nhiều quân giặc tử trận, và những quân khỏi chết thì trốn vào trong lũy khác.

§. 27. — ÔNG QUAN DINH-TRUNG TỎ LÒNG VỮNG VÀNG MẠNH ĐẠO LÀ THẾ NÀO.

Đời vua Gia-long, lễ thờ tổ tiên vua, thì có một lần vua dạy hai quan đại thần kia ép quan lớn có đạo, tên là Dinh-trung, bỏ vào trong Hoàng-cung mà giúp việc tế lễ và bái tổ tiên vua. Ông ấy vững lòng, chẳng chịu làm việc ấy. Ngày hôm sau là lễ khánh đãn ông Đông-cung, thì các quan phải mặc áo chầu mà đi mừng ông ấy. Vậy ông Dinh-trung mặc áo mà đi làm một với các quan, lạy ông Đông-cung đoạn có ý về; song le các quan kéo người vào trong Hoàng-cung, và ép lạy tổ tiên vua mà rằng: «vua chẳng ép bái bụt thần đâu, một « ép lạy vua đời trước, thì ông chẳng có tội gì, « cho nên phải vưng phép vua. » Ông Dinh-trung chẳng chịu mà cãi lâu, đoạn các quan cầm lấy tay ông ấy cùng bắt cúi đầu xuống mà lạy. Bấy giờ ông ấy phản phô rằng : *mình lạy một D. C. T. ba ngôi mà thôi.*

Bởi đó cho nên các quan điệu ông ấy đến trước mặt vua mà tâu rằng: «Ông Dinh-trung đã lạy « mặc lòng, song chẳng chịu lạy tổ tiên vua, một « lạy D. C. T. ba ngôi mà thôi. » Vua bảo rằng : « đã lạy thì thôi. » Đoạn vua lại quở rằng : « trẫm « đã nuôi mấy đã bấy lâu nay, cùng ban chức cao « trọng, mà mấy vô nhơn bội nghĩa chẳng chịu « lạy tổ tiên ta làm sao? Trẫm chẳng ép mấy bỏ « đạo hay là lạy bụt thần, một có ý ép mấy lạy tổ

« tiên trăm, thì nào có tội gì ?

Ông Dinh-trung rằng : « lạy Đức bề trên, tôi
« sẵn lòng lạy Đức bề trên mà lại khinh dễ tổ tiên
« Đức bề trên làm sao đặng ? Nhưng mà các đứng
« ấy đã qua đời rồi, thì tôi tin thật chẳng có sức
« mà vưng hộ cho ai đặng, cùng chẳng hiện xuống
« trong Hoàng-cung mà hưởng những của tế ấy.
« Vậy tổ tiên Đức bề trên chẳng có mặt dày, thì
« tôi chẳng lạy; phép đạo cấm sự ấy, vì là đều
« dối trá. »

Vua rằng : « chớ thì mầy chẳng quen kính thờ
« các thánh nam nữ sao ? Ấy vậy tổ tiên trăm và
« các thánh có khác nhau đều gì ? Các thánh ấy
« cũng đã chết rồi mà chẳng hiện ra đặng nữa.
« Vì vậy mầy lạy các thánh mà chẳng chịu lạy tổ
« tiên trăm làm sao ? Trăm cũng đã biết tổ tổ tiên
« chẳng có mặt dày, cùng chẳng ăn uống của gì,
« nhưng mà trăm lấy tổ tiên mà báo hiếu. Thấy
« giám mục Vê-rô cũng nói với trăm rằng : lạy tổ
« tiên thờ ấy thì chẳng có tội gì. »

Ông Dinh-trung rằng : « phép đạo cấm sự ấy,
« mà giám mục nói chẳng có tội làm sao đặng ? »
Vua rằng : « trăm hỏi lại thấy giám mục; còn về
« phần mầy thì trăm sẽ gởi đến vua Xiêm, cho
« vua ấy bắt mầy lạy. » Ông Dinh-trung rằng : «vua
« Xiêm nói làm sao thì mặc vua ấy, tôi không lạy. »
Vua rằng : « Mầy nói làm vậy thì phải, vì chưng
« vua Xiêm bắt người ta lạy bụt, còn trăm thì có
« ý ép mầy lạy tổ tiên trăm cũng như khi còn

« sống vậy mà thôi. Vậy bao giờ trẫm băng rồi thì
« mầy cũng không lạy trẫm sao ? Ông Dinh-trung
thinh lặng, thì các quan tâu rằng : « sau nầy khi
« Đức bề trên đã đặng trăm tuổi đoạn thì ông
« ấy chẳng lạy, vì chưng đã nói với chúng tôi
« nhiều lần rằng : mình lạy kẻ sống mà thôi, còn
« kẻ chết rồi thì chẳng lạy làm chi. « Vua rằng :
« thằng nầy là kẻ nghịch thần dường nào. » Đoạn
thì vua nói qua đều khác.

§. 28. — TRUYỆN VUA KIA XỬ KIỆN
CON NGỰA.

· Xưa, trong nước I-ta-li-a, có một vua tước hiệu
là Ca-rô-lô đệ Ca-la-ri-a; thường ngày các quan
lớn và các bộ nghị hội đồng tề tựu trong đền vua,
mà tính nghị việc nước. Vua e sợ quân canh cửa
có ngăn cấm kẻ nghèo khó, chẳng cho vô thấu
vua mà tâu sự nọ sự kia chăng; nên vua dạy treo
một cái chuông trong đền, và buộc giây rung
chuông ấy cho tới ngoài thành ngoại, gần bên
đàng thiên hạ qua lại, có ý để cho dân, hễ ai muốn
tâu bẩm sự gì, thì lại kéo giây chuông, thì vua
liền dạy lính mở cửa cho vô đến vua, mà quì tâu.

Lần kia, có con ngựa hồng, già yếu vô dung,
nên chủ nó bỏ mà thả đi ăn ngoài đồng bậy bạ
chẳng ai chăn giữ; nó ngứa ngáy lại cà nhằm sợi
giây rung chuông ấy, nó cà lên cà xuống, thì động
chuông trong đền. Chuông kêu khác thường
dường như có sự gì gấp; vua dạy lính mở cửa

cho mau đem vô. Khi ấy nhằm giờ vua cùng các quan đang hội đồng.

Quân nhựt mở cửa thấy con ngựa hồng đang cà đó, thì vào tâu vua « con ngựa người ta thả « đi bậy bạ nó cà nhằm giây chuông mà thôi. » Các quan nghe lính tâu vậy, liền cười rộ lên; vua mới phán rằng : « Các quan cười ! Trẫm nói cho « các quan biết, chính phép công bình thì cũng « phải giữ cùng thú vật nữa. » Vua hỏi là ngựa của ai ? Người ta tâu là của ông Ca-pe-ce, là quan lão. Vua dạy đòi đến; vua hỏi ông quan tàn ấy rằng : « Sao lão quan thả ngựa đi bậy không ai « chăn giữ vậy ? » Quan ấy tâu rằng : « Con ngựa « nầy thuở trước nó hay lắm, tôi đã cởi nó mà đi « đánh trận nhiều năm; nay nó đã già yếu chẳng « còn dùng đặng nữa, nên tôi thải nó đi mà thôi. »

Vua lại phán cùng quan lão ấy rằng : « Lão quan « thuở trước phò vua giúp nước lâu năm, có công « nghiệp trọng, mà nay thì quan ra già hưu trí, « làm quan tàn; cho nên trẫm ban cấp lộc cho mà « dùng luôn. Mà sao con ngựa nầy đã có công « nghiệp trọng cùng ông, là giúp ông lập công « cùng nhà nước, mà ông một mình hưởng lộc « bỏ quên công nó làm sao? Vậy lão quan phải « đem con ngựa nầy về chuồng, mà nuôi dưỡng « tử tế như các con ngựa mạnh giỏi khác. Bằng « không như vậy, ắt là lão quan dầu mạnh mẽ « thì cũng phải mất tiếng tốt trước mặt trẫm. »

Bởi vậy thì ta cũng phải giữ phép công bình với thú vật nữa.

§. 29 — TIỀN CĂN BÁO HẬU.

Thơ một người gởi cho bạn hữu mình, mà thuật lại sự quái lạ đã xảy đến cho mình mà rằng:

Ớ bạn ôi! tôi tin cậy anh, mà nói cho một mình anh hay sự kín lạ nầy, mà ta chẳng nên cho ai hay.

Ông Vil-đac hôm qua đã gả con lấy chồng, ông đã mời tôi là láng diềng đi họ vuối ông. Anh đã biết ông là người thể nào; ông bộ quặm độc dữ sâu hiểm lắm. Hôm qua trong đám cưới tôi có ý xét, thì thấy bộ ông thất tình buồn bực, chẳng những ông chẳng vui cùng con rể mình, mà lại sự kẻ khác vui mừng thì làm cho chàng va buồn sầu hơn. Khi mãn tiệc đến giờ đi ngủ, thì có người đem tôi vô trong một phòng dưới cái tháp lớn. Tôi vô vừa mới thiểu thiểu ngủ, thì nghe động một cái trên tháp trên đầu tôi; tôi lặng tai mà nghe, thì như có kẻ mang xiềng mà đi xuống, nên đụng xiềng vào bực thang lộp cộp. Trong tháp ấy đêm tối có một mình tôi; giống gì ở từng trên không biết, nên tôi hồi hộp sợ. Tôi nghe rõ ràng như vậy, vì cửa phòng tôi khi ấy không đóng. Một hồi thì nghe gần tôi hơn, rồi tôi ngó ra thấy thật có một người mang xiềng lại gần bếp un nơi phòng tôi và giơ tay lấy hai ba cây củi đã cháy lụn mà giụm lại, và nói tiếng như tiếng kẻ chết rằng: *A a! tôi đã lâu không đặng hơ lửa.*

Ớ anh ôi ! khi tôi nghe tiếng nói làm vậy, thì trong lòng sợ sệt lắm; tôi liền rút gươm mà giữ mình, vì không biết lành dữ thể nào. Rồi tôi hé cái màn một chút mà dòm; khi lửa hừng bén sáng sáng, thì tôi thấy một ông già ở trần, mặt gầy guộc, đầu sói sọi, râu bạc phếu, run lập cập giơ tay ra trên bếp un mà hơ. Tôi xem tỏ vậy, thì tỏ biết là người; nên hết sợ hãi nữa, mà động lòng thương xót. Tôi coi ông thì lửa bếp un cháy bừng lên ngọn, nên tôi thấy ông già day mặt ngó phía bên cửa phòng tôi; rồi ngó xuống đất mà sầu não quá sức, sau một hồi thì cúi sấp mình xuống đất. Rồi nghe ông khóc thúc thít mà than rằng : *ớ Chúa tôi, ớ Chúa tôi !* Khi ấy cái màn tôi khua động một cái, thì ông dực mình, và dớn dác phía tôi, mà hỏi bên bạo rằng : « Có ai ở trong giường nẩy « phải chăng ? » Tôi thấy hỏi, thì tôi vén tuốt màn lên mà trả lời : « Có tôi. » Ông già lại rằng : « Tôi là ai ? » mà bởi ông già mắc khóc tấm tức, nên nói không ra tiếng, thì lấy tay làm dấu cho tôi hiểu mà thôi. Một chặp lâu thì ông bớt buồn sầu bức tức, mới nói rằng :

« *Trong đời không ai rất khốn nạn như tôi đây :* « *ôi ! thôi, không nên nói gì nữa hết.* Tôi đã lâu « năm chẳng hề thấy mặt ai; không đặng nói « truyện... tôi ước ao nói truyện một chút... tôi « đã hết sức... nín không đặng nữa. Ớ ông ôi ! « ông hãy bước xuống lại ngồi đây cho tôi nói « cùng ông một ít lời : xin ông hãy thương xót « tôi cùng; xin chịu khó nghe tôi nói cho ra hơi, « cho nhẹ bớt sự phiền não tôi một chút, »

Khi đầu thì tôi sợ, mà bây giờ hết sợ lại đam lòng thương xót. Tôi mới bước xuống lại ngồi gần ông ấy; ông thấy tôi tin mà nghe lời ông xin, thì ông mừng lắm mà cầm lấy tay tôi, cùng rưới nước mắt trên tay tôi dầm dề mà rằng : « ở ông « hay thương xót, xin ông cho tôi hỏi thăm ông « một ít đều trước đã. Làm sao lâu nay không ai « ngủ trong phòng nầy, mà hôm nay ông ở đâu « mà vô ngủ đây? Lại làm chi sớm mai nầy nghe « tiếng đốt pháo nhiều lắm vậy, có sự chi lạ trong « lầu nầy tiếng làm nhiều lắm bấy ? »

Ông hỏi bấy nhiêu, thì tôi trả lời cho ông rằng : « Ông Vol-đac hôm nay gả con lấy chồng, làm lễ « cưới. » Tức thì ông ấy lấy làm lạ, nhìn tôi, rồi giơ tay lên trời mà la lên rằng : « Hỡi ôi ! Vol-đac « đã có con gái mà gả lấy chồng rồi ! Lạy Chúa, « xin Chúa hãy ban sự lành cho con gái ấy, mà « nhứt là làm cho con ấy chớ hề biết phạm tội.— « Ở ông, tôi nói cho ông biết tôi là ai mà khốn « nạn dường nầy ! *ông nói truyện đẩy là nói với* « *ông già Vol-đac; ở Vol-đac độc dữ bất nhơn !* « Ủa ! nghĩ chẳng có lẽ nào mà tôi năn nỉ đặng ? « Có lẽ gì mà tôi cáo con tôi là Vol-đac đặng ! tôi « còn biết đúc miệng vào chỗ nào mà than thở « đặng ! »

Tôi thấy ông nói làm vậy, thì lấy làm lạ mà rằng : « ủa ! ông là cha Vol-đac ! vậy Vol-đac là « con ông ! mà lão độc dữ đến đỗi cầm tù ông « đây ! mà ông bị cầm trong tù luôn như vậy phải « chăng ? Ấy cớ sự làm sao mà nên nổi nầy; ông « hãy nói cho tôi hay với ? » Ông già ấy nước mắt

ròng ròng mà rằng : « Ôi, khốn thay ! lòng cứng
« cỏi và sâu độc thằng con rất khốn nạn vô phước !
« nó đã bắt tôi mà giam cầm ở đây, chẳng cho
« thông công nói khó cùng ai hết thảy; nó chẳng
« biết thương ai, chẳng thèm làm bạn hữu với
« ai, nó lại cả gan chống nghịch mạng trời, lấy
« lòng bất nhơn mà đóng xiềng cầm tù tôi lại,
« cho đặng đoạt lấy gia tài tôi cho mình !

Số là có một lần con tôi nó đi thăm ông bá hộ
« kia, ông già mới mất : nó thấy ông ấy mất cha,
« thì đặng làm chủ thân, đặng nhiều lúa ruộng,
« bán lại cho người ta thì có nhiều tiền bạc, tiền
« vườn các chủ trả đồng dắn lắm. Thằng con tôi
« thấy vậy, thì nhiễm lấy lòng ham hở của cải
« quá lẽ, và ra khác tính tức thì. Thật xưa nay
« nó đã có tình ấy, mà từ nó thấy bá hộ kia đặng
« nhiều tiền của, thì tôi thấy nó những ưu phiền
« sầu tư một mình hoài.

« Khỏi mười lăm bữa, ban đêm, có ba người
« đội lúp cho khuất mặt cho tôi không nhìn mặt
« nó đặng, nó a vào bắt tôi, lấy hết gia tài của
« cải, rồi đem tôi cầm tù ở trong tháp nầy. — Khi
« ấy tôi chẳng biết thằng con tôi nó làm cách
« nào, mà gạt cho thiên hạ tin tôi đã chết; bởi
« vậy nên tôi đã nghe đánh chuông nhà thờ, và
« nghe hát lễ cho kẻ chết, thì tôi hiểu rõ ràng
« người ta làm lễ cho linh hồn tôi. Tôi nghe các
« sự ấy, thì tôi ngờ là tôi ở trong nhà thờ, tôi
« như thấy Lâm-bồ, cùng xem các lễ nhạc vậy,
« nên trong lòng tôi buồn rầu quá lẽ.

« Tôi lại năn nỉ cùng kẻ canh giữ tôi, xin cho
« tôi gặp con tôi, mà nói cùng nó một ít lời, mà
« chẳng đặng. Còn kẻ đem cơm cho tôi ăn, thì
« tin thật tôi là người tội nhơn phải phạt chết
« trong tháp nầy. — Tôi phải đóng xiềng mà ở
« đây đã hai mươi năm nay rồi: may sớm mai
« hôm nay đứa đem cơm cho tôi nó đóng cửa
« không chặt, tôi thấy vậy thì có bụng mừng,
« đợi đến ban đêm cho đặng nhờ dịp ấy mà xuống
« một chút dưới nầy; tôi không muốn trốn chút
« nào, song kẻ ở tù lâu có đặng bước đi một hai
« bước, thì đã lấy làm có phước lắm. »

Khi ấy tôi cam lòng thương hại ông mà nói
rằng: « Không; ông chẳng nên ở đây nữa; phải
« ra khỏi đây bây giờ. Chúa đã chọn tôi mà cứu
« ông hôm nay. Ông hãy trốn mà ra tức thì, vì
« giờ nầy người ta đang ngủ hết. Không có làm
« sao: ông hãy nghe tôi; sau bằng có đền gì, thì
« tôi chịu cho ông, không để cho ông chịu đâu
« mà sợ. »

Ông nghĩ một hồi, rồi nói rằng: « Lâu nay tôi ở
« đây quạnh vắng một mình, thì đã xét biết mọi
« sự đời là huyễn hoặc dối trá lắm; lại lâu nay ở
« đây cực khổ đã quen, nên thôi, tôi chẳng muốn
« đổi thói quen làm chi, cũng hết thèm trở về đời
« làm chi nữa: trời đã định; số tôi phải chết trong
« tháp nầy rồi! nên thôi, tôi chịu vậy. »

Khi ấy tôi không nghe mà nói lại: « Ông đừng
« nói vậy, chớ khá ở đây! mau mau hãy đi! Trời»
» đã gần sáng; đừng dùng dằng, đi cho kíp!

Ông lại rằng : « Ông thương tôi mà biểu tôi vậy « thì tôi mừng và cám ơn ông mà thôi ! chớ tôi đã « tuổi tác nầy, còn sống bao lăm mà ham về ở đời « làm chi ? Vã lại, nếu tôi ra khỏi đây cho thong « thả một chút, thì chẳng bao lăm sung sướng, « mà lậu sự tỏ ra xấu hổ cho con cháu tôi lắm. » Tôi đỡ lời ông rằng : « Con ông có xấu hổ, thì tại « nó làm xấu cho mình nó. » Ông lại thêm rằng : « Tôi thương hại cho con cháu gái tôi vô tội mới « lấy chồng, đang tử tế lắm trước mặt thiên hạ ; « bằng tôi ra mà làm cho vợ chồng nó xấu hổ, thì « sao đặng ?

« Ớ cháu ôi ! chớ chi ông đặng gặp mặt cháu, « mà than khóc cùng cháu một đôi lời. Ôi ! mà « tôi muốn làm chi sự ấy cho thêm cực lòng tôi ? « Biết thuở nào cho gặp cháu đặng đâu ? Thôi ! « trời đã gần sáng, tôi giã ông ở lại, tôi về trên « tháp tôi, kẻo e có kẻ nghe ta nói truyện đây « chăng. » Khi ấy tôi không cho, thì cầm ông lại mà rằng : « Không đặng đi về trên ! Ông đã ở tù « lâu, thì sái trí, nói chẳng biết nghe ; vậy tôi phải « giúp ông. Hãy nghe tôi mà đi ra cho kíp khỏi « đây ; sau bằng phải giấu ông, thì tôi giấu, hay « là ra mặt thì sẽ tính. Tôi chịu lo chỗ cho ông ở, « tiền của các việc đủ cho ông dùng, đừng lo sợ « chi ; thiên hạ sẽ chẳng biết ông là ai, mà ví bằng « có tiện, thì sẽ giấu tội con ông chẳng cho ai « hay làm chi. »

Ông trả lời lại rằng : « Tôi cũng chẳng sợ gì ; « mà lòng tôi không còn cầu ở đời nữa mà thôi. « Ông hết lòng thương tôi, thì tôi lấy làm lạ, và

« cảm ơn ông lắm, vì ông có lòng muốn cứu giúp
« tôi như vậy; mà còn sự đi ra khỏi đây, tôi xin
« không ra một ở lại đây. » — Hết sức cãi lẫy
nhau, mà dẫu ông cứng cỏ, song tôi cũng không
chịu thua ông, nên tôi mới nói gay gắt lời nầy
rằng : « Ông chẳng muốn nghe tôi, thì ông phải
« chọn trong hai sự nầy, một là ông theo tôi, mà
« đi bây giờ, hai là tôi để ông ở đây, tôi đi một
« mình mà thưa quan, cho quan đem lính tới, mà
« cứu ông cho khỏi những sự khốn cực con ông
« làm cho ông ở đây. »

Ông nghe tôi nói gắt như vậy thì ông can tôi
rằng : « ớ ông ôi ! chớ tỏ ra cùng ai sự kín tôi !
« Xin ông hãy để cho tôi chết tại đây mà thôi, thì
« mới bằng bụng tôi, vì tôi thật là quái gở trong
« đời, chẳng còn dám xem mặt trời nữa; tôi có
« một tội rất nặng nề và quái gở lắm, nên tôi phải
« đền tội ấy tại đây mới đặng. Kìa, ông hãy day
« mặt mà coi dấu máu còn dính vấy trong vách
« nầy; *máu ấy là máu cha tôi, mà tôi đã giết, vì tôi*
« *cũng đã muốn như thằng Vol-đạc là con tôi. Ôi !*
« tôi như thể còn thấy cha tôi đang giơ tay ra đỏ
« những máu, muốn đỡ gươm ! kìa ! ông ngã
« xuống, è è, chết rồi ! — Cha ôi ! sự rất gở lạ
« gớm ghiếc ! Tôi hết trông cậy ! !

Ông già nói bấy nhiêu lời, rồi sấp mình xuống
dưới đất, hai tay bức tóc, cả và mình run rẩy
cách gớm ghiếc lắm. Khi ấy ông không dám ngó
tôi nữa; còn tôi thấy sự làm vậy thì rụng rời sửng
đi, nên cả và hai chẳng nói đặng, mà làm thinh

một chặp lâu, thì nghe tiếng người ta khua động; nên ông lật đật đứng dậy mà nói cùng tôi rằng : « Ông nghe ghê gớm tôi, thì thậm phải. Thôi; tôi « giã ông ở lại, tôi trở về trong tháp, và tôi chẳng « hề ra khỏi đó khi nào nữa. »

Khi ấy tôi sững chẳng nói lại đặng lời gì; mọi sự trong lầu ấy thì làm cho tôi hãi hùng lắm, nên lật đật đi ra khỏi tức thì.

Vậy tôi bây giờ đang sửa soạn dọn đồ đi ở chỗ khác, vì chẳng lẽ nào dám ngó mặt ông Vol-dac nữa. Ở anh ôi ! *làm sao trong loài người ta có kẻ làm đặng tội rất quái gở dường ấy?* — Song cũng đáng lấy làm lạ, vì ông già nầy hằng liều mình nhứt định chịu ở lại, mà chết trong tù ấy cho đặng đền tội mình mà thôi !

§. 30 — TRUYỆN CON CHÓ TRUNG TÍN MÀ PHẢI CHẾT OAN.

Có một người kia nuôi một con chó đặt tên là Muph-ty, nó khôn lắm và rất đỗi thương chủ nó. Ngày kia, ông chủ sắm sửa đi đòi một ngàn hai trăm quan tiền trong chỗ người cho mướn vườn đất; người đi ngựa con chó đi theo. Đến chỗ thì ông chủ tính toán lo việc nọ việc kia; còn con chó thì đứng gần dường thể làm chứng, thấy chủ đếm đi đếm lại tiền, rồi bỏ vào túi kĩ cang, cùng lên ngựa hớn hở chạy về, con chó cũng vui mừng cho chủ mình, thì ngoắt đuôi nhảy trống xông quanh chủ mà sủa mừng nữa. Đến giữa đàng người ấy mắc đại tiện, dừng ngựa, nhảy xuống, buộc ngựa nơi cày, đi vào bụi. Đi đặng năm mười bước, thì sựt nhớ túi bạc còn đổ trên lưng ngựa, có lẽ kẻ đi qua đàng ấy lấy đi chăng, thì chạy lại lấy túi bạc cầm theo, rồi đổ dưới gốc bụi gần bên mình.

Khi sông rồi thì ra đi bỏ quên túi bạc lại trong bụi; mà con chó nhìn chủ nó kĩ càng không thấy cầm túi bạc, thì hiểu chủ mình đã bỏ quên, nên nó mới chạy vào trong bụi rán sức tha lôi túi bạc đi, mà bởi vì nặng quá, tha không nổi, thì đổ đó, chạy theo chủ mà cắn níu áo chủ và la sủa, cắn dựt chẳng cho chủ lên ngựa. Mà người chủ vô tình chẳng xét con chó vì cớ nào làm như vậy, nên la đuổi nó, rồi nhảy lên ngựa mà chạy đi. Con chó lấy làm lạ và tức mình quá sức, vì chủ không hiểu những dấu mình làm; thì nó nhảy trước đầu ngựa cắn đón chẳng cho ngựa đi, và la sủa hết tiếng; đoạn túng nhảy cắn con ngựa năm ba miếng cho nó đứng lại. Ông chủ thấy con chó sao hôm nay sanh chứng lạ làm vậy, thì ngờ là hoặc khi con chó đã ra dại chăng. Trước còn nghi; mà khi sau đoán thật nó đã ra chó dại, nhứt là bởi khi ấy nhằm lúc đi ngang qua rạch, mà con chó ấy dầu mệt mỏi quá lẽ cũng chẳng lo uống nước như đã quen. Thì người ấy rằng : — Ôi tôi rất khốn ! thật con chó tôi nó đã ra chó dại rồi, thì có lẽ nó sẽ cắn chết người ta; vậy tôi phải giết nó đi mới đặng. Tôi buồn tiếc con chó rất trung tín tôi quá lẽ, mà nếu tôi dong nó, ắt nó sẽ cắn chết người ta nữa ! Ôi ! thôi, việc phải làm, chẳng không đặng.

Vậy người ấy lấy súng nhỏ nhắm bắn con chó một cái, đoạn liền xây mặt phía khác tức thì; con chó ngã xuống đấy tỏ tỏ mà cũng trở mặt ngó chủ mình, dường như trách chủ có lòng bất nhơn. Ông chủ rất đỗi buồn rầu van siết, giục ngựa đi tức tối; mà cũng nhìn lại một chút, thấy con chó Muph-ty cũng ngó chủ mình, và ngoắt đuôi dường như từ giã chủ một phen sau hết. Người ấy buồn rầu, hết trông cậy; trong ý muốn trở lại coi thử có thể nào cứu con chó đặng chăng. Mà lòng còn ngại, nên chẳng dám trở lại, thì chạy đi luôn; mà trong lòng bởi thương tiếc con chó, thì bối rối bồi hồi; mới tưởng dường như mình thấy con chó đang hấp hối vậy, nên chẳng biết làm gì mà đền vì tội độc ác ấy, trở trách móc chuyến mình đi. Tức thì người ấy nhớ sựt lại túi bạc mình, coi trên lưng ngựa, không có! Mới hay mình đã bỏ quên nơi chỗ đi sông khi sớm; lại cũng mới hiểu tỏ tường các sự con chó đã làm là sủa cắn làm cách nọ thể kia, có ý nhắc mình về ngứ túi bạc bỏ quên.

Cho nên vội vã trở ngựa chạy lại mà lấy túi bạc, và phàn nàn trách mình vì đã bất nhơn quá lẽ. Đi dọc đàng thì thấy những dấu máu chó rơi, nên người run rẩy cả và mình và buồn bực hết lòng hết sức. Khi đến gốc bụi chỗ túi bạc thì gặp giống gì? Ôi! thấy con chó Muph-ty đương hấp hối.— Con chó nầy đã ráng lết cho đến chỗ túi bạc, cho đặng ít nữa là làm chứng lòng mình trung tín cùng chủ mình cho đến chết.

§. 31. — Truyện kẻ gian lại mắc gian.

Có ba người kia đi đàng cùng nhau; thời may đặng một của quí, thì chia nhau; chia rồi ra đi. Mới tính cùng nhau sẽ dùng của ấy mà làm việc gì, thì nhớ lại đồ ăn đi đàng đã hết rồi, phải sai ai đi chợ mà mua. Vậy mới tính ai nhỏ hơn thì đi chợ. Người nhỏ ra đi; dọc đàng nó mới tính trong bụng rằng : — phải mà không, thì tôi đặng nhiều của lắm hôm nay, mà mắc có hai lão kia nó chia bớt của tôi, nên tôi phải lo thế nào mà lấy lại. Thôi, tôi sẽ làm như vậy ắt sẽ đặng; là tôi mua đồ ăn, rồi tôi bỏ thuốc độc vô trong. Khi về tôi sẽ nói tôi đã ăn ngoài chợ rồi, đã no không ăn nữa; thì hai đứa kia nó ních lấy thuốc độc mà chết, thì của về tôi trọn hết.

Đang khi trẻ ấy tính như vậy, thì hai người kia cũng tính rằng : — phải chi đừng có thằng nhỏ đi theo ta, thì ta khá hung, mà ngặt rủi có nó nên phải chia cho nó, thì ta không đặng bao nhiêu! Uổng quá, mất hết một phần; phải không thì ta đặng giàu thật; không biết nó đi theo mình làm chi; thôi, để nó về đây, ta có cái dao nhọn đây sẵn.—Trẻ kia đi chợ về, bưng đồ ăn có thuốc độc trong, thì hai người kia đâm nó chết; đoạn cả hai ăn các đồ đã mua, thì cũng chết nữa.

Tỏ ra cả ba không ai đặng của ấy.

§. 32 — Truyện An-ro-lê và con sư tử.

Người chép truyện, tên là Ap-pi-on, rất thông lắm, đã thuật lại truyện nầy như người đã thấy tỏ tường.

Trong thành Rô-ma, đời xưa, có thói dọn áng đua vật cho thiên hạ xem; vậy ông Ap-pi-on rằng: — Khi ấy có tôi ở tại thành Rô-ma, tôi chạy đến coi; thì thấy trong trường đua đầy những thú vật dữ tợn và lớn lắm, mà nhứt là có giống sư tử rất lớn quá. Mà có một con lớn hơn hết nhảy nhót gầm hét dữ lắm, thiên hạ đầu xem con ấy hơn hết, mình nó cao lớn, gân cốt mạnh mẽ, dợn lông, rờn gáy, gầm tiếng ra ai nấy kinh khiếp run sợ hãi hùng.

Trong mấy tội nhơn phải vào dành lộn cùng thú vật ấy, có một người, tên là An-ro-lê, là kẻ buổi trước làm mọi một quan trấn kia. Con sư tử lớn dữ ấy khi thấy người nầy, thì dừng đứng lại mà nhìn sững lấy làm lạ; rồi bước tới gần cách hiền lành, dường như đã nhìn biết tội nhơn ấy là thân thích cùng mình vậy. Sau thì nó đi lại gần hơn, ngoắt đuôi mừng như thể con chó mừng, và liếm tay chơn người ấy. — Mà An-ro-lê thì chết điếng sợ mất hồn vía chẳng dám ngó nó; một hồi tỉnh lại mới mở con mắt ra, thì cả hai nhìn nhau cùng tỏ dấu vui mừng dường như bạn hữu thật. Thiên hạ thấy đều làm vậy, thì lấy làm lạ mà la lớn hết thảy.

Hoàng-đế đòi An-ro-lê đến mà hỏi rằng : « Cớ « sao con sư tử ấy tha một mình mấy chẳng có « ăn thịt ? » Thì An-ro-lê tâu rằng : « Sở là tôi khi « trước làm đầy tớ quan trấn đang khi người cai « trị lĩnh phương A-fri-ca. Quan ấy ở cùng tôi « gắt góng, độc dữ cùng trái phép lắm, nên tôi « chịu chẳng đặng mà trốn đi; vì tôi lấy sự trốn « cho khỏi người, và sự chết đói trên rừng làm « khá hơn ở cùng người.

« Vậy khi tôi đi thì trời nắng quá, nên tôi kiếm « chỗ mát mà nghỉ chơn, thì gặp đặng một hang « sâu và tối tăm lắm. Tôi mới chun vào đó một « hồi thì thấy con sư tử nầy đến gần, và đi nhúc « nhắc và gầm hét rên la tiếng đau đớn hết sức. « Tôi thấy nó, thì thất kinh mất hồn vía, run sợ « quá trí. Con sư tử ngó thấy tôi, thì đi lại gần « cách hiền hậu lắm, lại giăng chơn đau ra cho « tôi, dường như xin tôi cứu chữa. Lâu lâu tôi « tỉnh lại thì bớt sợ, mới rờ chơn nó mà coi; thấy « cái gai lớn đâm giữa chơn đã làm mủ, thì tôi « nặn mủ máu và rút gai xong, đặt vít tứ tế; khi « ấy sư tử mới êm hết đau, bèn nằm đặt chơn trên « tay tôi mà ngủ mê đi. Từ ấy cả hai ở cùng « nhau đó tính đã đặng ba năm; sư tử thì hằng « ngày đi săn kiếm thịt, đặng mấy con tốt thì nó « tha về cho tôi. Tôi không có lửa mà nấu nướng, « thì phơi nắng mà ăn.

Nhưng mà lâu lâu tôi buồn nhàm không muốn « ở cùng nó nữa : nên ngày kia nó đi săn thịt khỏi,

« tôi mới trốn mà đi. Rủi thì chẳng khỏi ba ngày

« tôi bị lính bắt đặng đem tôi qua thành Rô-ma

« nộp cho chủ tôi, thì người làm án tôi phải thú

« vật ăn thịt. Vậy tôi tưởng sư tử nầy là sư tử tôi

« làm ơn và nó nuôi tôi thuở trước cũng bị bắt,

« nên bây giờ còn biết ơn tôi như vậy. »

Ấy là lời An-ro-lê theo như truyện ông Ap-
pi-on đã chép. — Khi đó người ta biên các lời
nầy mà rao cho thiên hạ hay; mọi người la lên
xin tha An-ro-lê và sư tử nữa cho đặng cả hai ở
cùng nhau. Vậy Hoàng-đế tha An-rô-lê và giao
sư tử cho nó, thì nó lấy dây buộc dắc đi khắp
trong thành Rô-ma. Cả và dân đều vui mừng, và
vải bông hoa ra ngoài đàng cho sư tử, và cho
An-ro-lê nhiều tiền bạc mà rằng : *Nầy là sư tử
tiếp rước trong hang ; nầy là người đã chữa sư tử.*

§. 33 — TRUYỆN CON SƯ TỬ VÀ CON CHÓ.

Trong thành Lon-dres, hễ ai coi thú vật nuôi
trong chuồng, thì phải trả tiền hay là cho đồ gì
cho nó ăn, như con chó hay là con mèo vậy.

Có một tên kia đi đàng, vừa gặp chỗ coi đó
song không có tiền cũng không có giống gì
cho mà coi ; có một con chó theo lão, mà bởi lão
ham coi sư tử quá, nên ném con chó vào cho sư
tử ăn, mà coi nó làm sao. Con chó bị bỏ vào trong
chuồng thì sợ hãi run rẩy quá sức, bò mẹp xuống,
tỏ ra bộ khiêm nhượng lắm, có ý cho con sư tử

thương xót mà tha ăn thịt; sư tử ngó trước ngó sau, rồi lại ngửi nó mà chẳng ăn. Chủ nuôi sư tử ném vô một tấm thịt, thì nó cũng không thèm ăn, mà cứ ngó con chó dường như muốn mời ăn thịt đó.

Từ ấy con chó và con sư tử kết ngãi bạn hữu cùng nhau : con sư tử thì ra như bỏ tính mình, mà ăn ở hiền lành hay mơn trớn; con chó thì tỏ ra lòng thương yêu cùng tin cậy lắm, không sợ sư tử gì nữa. Chẳng khỏi bao lâu chủ con chó đến đòi chó mình, thì chủ sư tử rằng : « xin anh « dừng dứt dây thiết ngãi hai thú ấy. » Song chủ con chó không chịu; thì chủ sư tử nói rằng : « Bằng anh chẳng chịu để con chó ở đây, thì anh « hãy bắt lấy mà đem về; chớ tôi không dám bắt « đâu. » Vậy chủ con chó cực chẳng dã, thì phải để nó ở đó với nhau.

Song, qua năm sau, con chó xoang bịnh đau mà chết. Con sư tử thấy con chó chết, thì tưởng là bạn mình ngủ; thấy ngủ lâu thì thức dậy, lúc lắc, lật lên lật xuống cũng cứng đơ, thì nó hiểu là bạn mình đã chết. Vậy nó rởn gáy, hai con mắt thì đỏ lòa ra như chớp, ngước đầu lên tỏ ra buồn bực và giận quá đỗi. Khi thì gầm hét cắn phá chuồng, khi thì nhìn xác bạn hữu mà sầu não; rồi lại nổi hung bạo gầm hét cắn bẻ ván nắp chuồng. Chủ sư tử thấy vậy, muốn lấy xác con chó đi mà sư tử cứ giữ đó, cho ăn giống gì cũng chẳng thèm; nên lấy ra không đặng. Chủ thấy nó thương nhớ quá làm vậy, thì ném con chó

khác họa may nó có bớt buồn rầu và giận đi
chăng. Song sư tử chẳng thèm ăn, cắn chết bỏ
đó; đoạn nó nằm xuống để xác bạn hữu trên
mình. Cho đến năm ngày không thèm ăn uống
vật gì nữa. Thật chẳng biết thể nào mà giải cơn
buồn rầu nó cho đặng, nên nó ra mòn mỏi mà
chết theo con chó. Chủ sư tử cũng buồn rầu vì
hai thú rất thiết nghĩa cùng nhau chết đi, nên
mới dạy chôn hai con ấy vào một huyệt với nhau.

Gương hai thú nầy đáng cho người ta xem, và
cũng làm xấu hổ cho mấy kẻ kết ngãi bạn hữu,
hầu đặng nhờ nhõi cái nọ cái kia cho có ích lợi
cho mình mà thôi.

§. 34 — TRUYỆN NGƯỜI NỮ GÓA KIA, TÊN LÀ TÊ-RÊ-SA, CÓ NĂM ĐỨA CON.

Xưa, trong nước Pha-lang-sa, có người nữ
góa kia có năm đứa con dại chưa biết cách làm
ăn, mà người nữ nầy nhơn đức lắm: khi ấy có
một đứa lớn hơn hết đặng sáu tuổi, thì bà ấy cho
nó đi học hành, mà thường lổ sớm mai thằng ấy
trước khi đi học, thì lo lót lòng đôi ba miếng
bánh. Vậy, có một lần kia, nó vào xin đồ ăn, thì
mẹ nó nói rằng: « ớ con ơi! con chịu khó một
bữa vì hôm nay hết đồ ăn, không còn đi gì cho
con lót lòng; nhưng mà chẳng hề gì, con chớ sợ
thiếu, hễ khi nào thiếu đồ ăn, con hãy cầu nguyện
cùng Chúa, thì Chúa sẽ cho, vì có lời Chúa đã
phán rằng: « Kẻ nào thiếu thốn đi gì, thì hãy

« chạy đến cùng Tao, thì Tao sẽ cho đủ. » Con nghe mẹ dặn dò làm vậy rồi, thì trở ra mà đi học.

Khi trẻ ấy đi qua ngang nhà thờ, thì bước vào ngó quanh ngó quất chẳng thấy ai, bèn quì gối xuống mà cầu nguyện lớn tiếng thở nầy rằng : « Lạy Chúa, có lời Chúa phán rằng : *ai thiếu thốn* « *đi gì, thì hãy chạy đến cùng Tao, thì Tao sẽ giúp* « *cho đủ;* vậy bây giờ tôi dám cúi xin Chúa hãy « phù hộ cho tôi, cho mẹ tôi và bốn anh em tôi, « vì bữa nay không có bánh, cùng chẳng có vật « gì mà ăn; vậy tôi xin Chúa hãy phù hộ, kẻo mẹ « tôi phải thốn thiếu, thì sẽ phải chết mà thôi. »

Khi trẻ ấy cầu nguyện làm vậy đoạn, thì đi học. Đến trưa về nhà, thì xem thấy bánh cùng các đồ ăn khác để trên bàn, bèn chạy vào mà nói cùng mẹ rằng : « Mẹ ơi, Chúa đã nhậm lời tôi cầu « nguyện sớm mai, nên bây giờ Người đã cho « của ăn đó ! » Khi mẹ nghe con nói làm vậy, thì mừng và cười mà nói cùng con rằng : « ờ con, « khi con cầu nguyện trong nhà thờ mà tưởng « chẳng có ai, song le có một bà kia nghe con cầu « nguyện làm vậy, thì thương mà đem của ăn cho « con đấy. »

Vậy truyện nầy dạy ta khi thiếu thốn đi gì, thì phải xin cùng Chúa, thì Chúa sẽ phù hộ cho ta, hay là Chúa sẽ soi sáng cho kẻ khác làm ơn cho ta chẳng sai.

§. 35 — TRUYỆN ÔNG THẦY CẢ KIA TRONG NƯỚC PHA-LANG-SA.

Đời xưa, bên Tây, có một thầy cả kia là người nhơn đức, hễ hằng năm, trước ngày Lễ Sinh-Nhựt, thì người đi đến các trường học mà chọn những con trẻ nhà khó khăn, siêng năng, dõi dắng, để làm Ba Vua, cùng làm đồng nhi hoa trong ngày Lễ Sinh Nhựt D. C. G. Mà khi thầy cả chọn những con trẻ khó khăn làm vậy, thì cho áo quần tiền bạc ngõ đặng sắm sửa dọn dẹp trong nhà lại cho tử tế. — Vậy thầy cả ấy đã chọn một con trẻ kia, tên là Lau-ren-sô, là người khó khăn cùng học hành siêng năng dõi dắng, làm vua hầu D. C. G. sinh ra.

Khi con trẻ thấy thầy cả chọn mình làm vua hầu D. C. G., thì vui mừng vì thấy mình sẽ đặng một cái áo mới mà mặc, cùng sẽ đặng ít nhiều tiền bạc mà trau giồi nhà mình lại cho tử tế hơn, thì chạy ra mà nói cùng mẹ đến thăm con, thì mẹ nó cũng vui mừng nữa, vì thấy con mình là kẻ khó khăn hèn hạ, mà đặng làm việc trọng thể. Hai mẹ con nói khó cùng nhau đoạn, thì mẹ từ giã con mà về nhà; còn con thì còn ở lại mà học, vì chưa đến giờ về. Khi người mẹ về, thì gặp một người đờn bà kia, là kẻ lân cận cùng mình, đang khóc lóc, thì người hỏi rằng : « Chị khóc đi gì « vậy ? »

Thì bà ấy trả lời rằng : « Hôm nay tôi và chồng

« tôi đau, nên đi làm việc không đặng mà lấy tiền
« cho đặng trả cho chủ nhà; thì chủ nhà đuổi tôi
« và chồng tôi chẳng cho ở nữa. Mà mùa nầy thì
« lạnh lẽo lắm, nếu tôi và chồng tôi đau đớn làm
« vậy mà phải ở ngoài đồng, thì cả hai chết chẳng
« sống đâu, vì chưng mùa nầy là mùa đông giá
« rét nhằm mùa Đ. C. G. sinh ra. » Nói làm vậy
đoạn thì xin bà nầy giúp, thì bả nói đến mai mình
sẽ lo mà giúp.

Vậy bả về nhà; đến tới thằng con về, thì bả nói
cùng con mình rằng : « Có một đờn bà khó khăn
« kia ở gần nhà ta, đã gần chết; con có muốn
« giúp người ấy chăng ? » Con thưa rằng : « Tôi
« muốn lắm, mà biết làm sao cho đặng ! » Vậy mẹ
nó nói rằng : « Có một đều nầy con giúp đặng,
« mà nếu con chịu, thì mẹ mới nói cho con. » Thì
con thưa rằng : « Lạy mẹ con chịu bằng lòng; »
nên mẹ nói cùng con rằng : « Bà kia cũng có một
« đứa con bằng con, cũng đồi dáng như con, mà
« rủi thời trời chưa định cho nó, nên năm nay
« thấy cả chưa chọn; vậy con hãy đam nó lên mà
« nói cùng thấy cả rằng : — Lạy cha, anh nầy là
« con hai ông bà kia, ở gần bên nhà tôi mà khó
« khăn già cả, rủi thì bây giờ đau đớn; phần thì
« mướn nhà người ta mà ở, bây giờ đau làm gì
« chẳng đặng mà trả tiền mướn nhà, nên chủ
« nhà đuổi ra chẳng cho ở nữa. Tôi thấy vậy thì
« thương lắm; chẳng biết làm sao, mà giúp hai
« ông bà ấy : cho nên tôi xin cha đổi cho anh nầy,
« để năm sau tôi sẽ làm; bây giờ để cho anh nầy
« làm vua hầu Đ. C. G. sinh ra, cho đặng lấy bạc

« mà trả cho chủ nhà, và hớt thuốc cho cha mẹ « nữa.

Khi thấy cả nghe nói làm vậy, thì chịu bằng lòng, mà để cho con trẻ ấy làm vua hầu Đ. C. G. sinh ra thay vì Lau-ren-sô. Lại khỏi một ít ngày, khi mọi sự hườn tất, thì thầy cả đem tiền bạc cùng nhiều đồ tốt mà trọng thưởng hai mẹ con bà ấy, vì có lòng thương yêu kẻ khó khăn làm vậy.

Truyện nầy dạy ta cho biết có nhiều khi Đ. C. T. cũng trả công cho những kẻ làm việc lành phước đức ở đời nầy nữa.

§. 36. — Truyện một người nữ dòng ông thánh Phao-lồ tên là Hê-lê-na.

Xưa, có một người nhà phước, tên là Hê-lê-na, có nhơn đức hiền lành và nhịn nhục lắm. Bà nầy ở giúp việc kẻ liệt lào trong nhà thương, vì bên Phương-tây hay làm nhiều nhà đồ nuôi dưỡng những kẻ bịnh hoạn, làm nghề gì chẳng đặng mà nuôi mình. Vậy có một lần kia, bà nầy đi đến mà viếng thăm kẻ liệt, thì thấy một người Tur-cô (là quân hồi hồi) liệt hơn các người khác, tức thì bà ấy liền lật đật chạy xuống nhà bếp, mà luộc một trứng gà đem cho người ấy.

Nhưng mà người liệt thì ghét bà phước nầy lắm; khi bà đến gần, thì nó liệt con mắt mà xem bà và làm hình như thể giận lắm. Khi bà đến đưa cho nó một trứng gà, thì nó lấy mà quăng vào mặt bà. Dầu vậy bà chẳng nói đều gì, một lấy khăn lau đi, cùng xuống bếp luộc một trứng khác nữa; đoạn lại đem lên mà cho tên Tur-cô ấy; tên nầy cũng lấy mà quăng vào mặt bà phước ấy một lần nữa. Bà cũng làm thinh, một lấy lòng nhịn nhục mà lau đi, cùng đi nấu một trứng nữa; đoạn mới đem đến mà nói cùng nó rằng : — Tôi xin ông ăn trứng gà nầy vì Chúa. — Khi người Tur-cô xem thấy như vậy mới hỏi bà ấy rằng : — Nhơn sao mà bà chẳng giận ? — Thì bà ấy trả lời rằng : — Đạo thánh chúng tôi dạy chớ có giận ghét ai, song hãy lấy lòng nhịn nhục chịu khó vì Chúa, thì sẽ đặng phước trọng đời đời. — Người Tur-cô nghe nói làm vậy, thì mới sấp mình xuống mà xin lỗi người cùng xin dạy cho biết lẽ đạo, và xin sách mà học kinh. Đoạn thì xin chịu phép rửa tội; lại khi đã lành bịnh rồi thì giữ đạo sốt sắng lắm.

Truyện nầy dạy ta cho biết lòng nhịn nhục chịu khó là đều có ích trọng là thể nào ! Một là bởi vì ta đặng bắt chước gương D. C. G.; hai là bởi vì sự chịu khó nhịn thua kẻ khác là làm ơn trọng cho nó mà thôi, thì sau nó sẽ thương yêu ta, cùng bắt chước ta mà đi đàng trọn lành nữa. Như hãy xem truyện nầy, phải mà bà ấy giận người Tur-cô cùng quở trách nó, và chẳng đem của ăn gì cho nó nữa, thì nó chẳng trở lại đạo thánh D.C.T. đâu.

§. 37. — TRUYỆN HAI ĐỨA CON TRẺ.

Thuở ấy, bên nước Pha-lang-sa, có hai nhà ở gần nhau, một nhà thì giàu có, nhà kia thì khó khăn. Cả hai nhà ấy đều có con trai như nhau; mà hai đứa ấy cũng nuôi hai con bò câu. Con bò câu của đứa giàu có thì tốt hơn bởi có ngũ sắc; thằng ấy có nhiều tiền, nên đã mua đặng một con tốt : còn con bò câu của con trẻ khó khăn thì xấu hơn; bởi đó cho nên con trẻ nầy xem thấy con bò câu kia thì muốn lắm, mà chẳng biết làm sao đặng. Đang khi nó toan tính đều ấy, thì vừa may, ban đêm, xem thấy con bò câu xinh tốt kia bay đến chuồng bò câu của mình, lại chun vào lồng : lật đật nó chạy đi đóng cửa chuồng lại.

Nhưng mà sáng ngày ra thì trẻ nầy chẳng dám bắt, nên đã đem mà trả cho chủ nó; mà chủ thấy con trẻ thật thà lắm thì thương. Cho nên có một lần khi thằng nầy đi khỏi, thì người chủ lén lấy hai trứng bò câu trong chuồng mình mà đem đi đến chuồng nó mà đổi lấy hai trứng bò câu của nó mà đem về : người làm vậy có ý đền ơn cho con trẻ ấy vì có lòng ngay thật. Đến sau khi trứng bò câu ấy nở ra, thì con trẻ ấy vui mừng lắm vì tưởng là phép lạ; bèn chạy đến nhà kia mà khoe, thì chủ ấy cười mà nói rằng : — Mình đã làm như vậy có ý thưởng công nó.

Truyện nầy khuyên ta phải ở thật thà; chớ có quỉ quái làm chi, vì kẻ thật thà thì đặng người ta thương mến, lại cũng đặng ích lợi cho mình đời nầy và đời sau nữa.

§. 38 — TRUYỆN ÔNG PHÚ TRƯỞNG GIẢ CÓ NHIỀU CON TRAI.

Xưa, có một ông già giàu có mà có nhiều con, nên hằng ngày người lo lắng xuất phát tiền bạc ra mà sắm sửa các đồ ăn mặc cho con mình, cùng lo để lại sau mà dưỡng già, cùng thuê mướn người ta làm việc nọ việc kia luôn luôn chẳng khi dừng. Khi các con xem thấy ông già hằng lo lắng làm vậy, thì toan cùng nhau rằng : — Ta hiệp cùng nhau mà xin ông già chia gia tài cho ta; ta sẽ thay đổi nhau mà nuôi dưỡng người, kẻo để người phải lo lắng làm vậy thì mệt nhọc. — Vậy khi các con đã thuận đều ấy đoạn, thì kéo nhau vào thưa ông già mà rằng : « Lạy cha, chúng « con bây giờ cũng đã lớn khôn cùng biết lo liệu, « mà cha thì đã già cả yếu đuối, chẳng còn sống « bao lăm nữa; nên chúng con đến xin cha chia « gia nghiệp điền viên cho chúng con, đặng gìn « giữ mà làm ăn, cùng thay đổi nhau mà phụ « dưỡng cha mẹ. »

Khi ông lão nghe nói làm vậy, thì làm thinh một hồi; rồi trả lời lại cho các con rằng : « Cha « kỉ cho các con hai tháng nữa, thì cha sẽ tính « sự nầy. » Vậy trong hai tháng ấy, thì ông bắt một tổ chim đã đẻ trước cửa nhà, đoạn thì bỏ vào trong cái lồng nhỏ mà nuôi. Khi chim con ở trong

lồng ấy, thì cha mẹ chim ấy đến mà cho ăn cho
đến khi biết bay; thì ông già chỉ sự ấy cho các
con mình mà nói rằng : — Ấy cha mẹ con chim
nuôi nó tử tế lắm. — Nói như vậy mà thôi chẳng
nói đi gì nữa, vì ông ấy có ý để sau nầy mà cắt
nghĩa cho các con biết. Vậy khi chim con nầy
biết bay, thì ông ấy lại thả nó ra; bắt cha mẹ nó
mà nhốt lại. Chim con nầy chẳng hề cho cha mẹ
nó ăn vật gì; nên ông ấy kêu các con lại mà nói
rằng : « Ấy các con đã xem thấy chim nầy hay
« chưa ? Kìa khi nó còn nhỏ, thì cha mẹ nó đã
« nuôi cho đến khi biết bay, mà bây giờ cha mẹ
« nó mắc phải làm vậy, thì nó chẳng những là
« chẳng cho ăn, mà lại cũng chẳng hề đoái hoài
« đến. — Bây giờ tao cũng sợ như vậy, nên tao
« chẳng chia của cho bay; tao sợ sau tao sẽ phải
« khốn nạn như con chim nầy chăng. »

Truyện nầy dạy ta cho biết, khi ta muốn làm
ơn nọ ơn kia cho ai, thì ta phải lo liệu trước, kẻo
mà sau ta phải khốn cùng nó mà chớ.

Lại có lời tục ngữ rằng : *Làm ơn chớ để trông*
người trả ơn; hễ ta làm ơn cho ai rồi thì thôi,
chớ có trông người ấy trả ơn lại cho ta làm chi.

§. 39 — Truyện con trẻ kia ở thành Pa-ris.

Xưa có một con trẻ khôn ngoan thật thà
lắm, ở tại thành Pa-ris là kinh đô nước Pha-
lang-sa. — Lần kia, chủ nó sai đi chợ mua đồ ăn,

mà khi trở về, thì đi ngang qua nhà kia có nhiều người ta lắm. Nó tránh chẳng khỏi, nên người ta tưởng phải nó, thì đổ thúng xuống, bể các đồ hết. Cho nên trẻ ấy chẳng biết làm sao; một sợ hãi quá, nếu mà mình về không, thì chủ sẽ đánh hay là đuổi đi chẳng cho ở nữa, vậy nó đứng đó mà lo buồn khóc lóc. Người ta ở đó thì đông lắm, kẻ thì cười, người thì thương xót, nhưng mà chẳng ai ra tay giúp đỡ, một đổ vậy coi mà thôi. — Tình cờ có một người kia thấy vậy, thì động lòng thương, bèn hỏi trẻ ấy chớ của giá đáng là bao nhiêu? Thì nó nói *đáng mười bốn quan.* Tức thì người nầy thò tay vào túi móc đặng năm quan, đoạn bỏ vào thúng cùng cầm thúng ấy mà đi xin người ta bố thí thêm, thì người ta bố thí đặng hai mươi hai quan, đem lại mà đưa hết cho con trẻ ấy.

Song bởi nó là đứa thật thà, thì chẳng muốn ăn lời cho quá vốn mình; nên xem những người đứng xung quanh đó, thì thấy một người đờn bà khó khăn, bèn đem tiền dư mà bố thí cho bà ấy, một giữ lại cho mình mười bốn quan hầu đặng mua đồ đủ mà thế lại cho chủ mình mà thôi. Khi người ta xem thấy con trẻ có lòng thật thà làm vậy, thì thương và khen lắm.

Truyện nầy có ý dạy ta cho biết, *hễ ai ăn ở ngay chính thật thà,* thì chẳng những là đặng người ta thương, mà có nhiều khi khỏi phần thiệt hại, lại cũng đặng ích lợi nữa.

§. 40 — Truyện một người phá của quá, và một người hà tiện quá.

Xưa, bên Phương-tây, có một người phá của quá lẽ, vì đã ăn uống chơi bời luôn, cho nên đã tốn hết nhiều tiền bạc; vậy đến sau thì người nầy đã hết bạc, chẳng có mà mua ăn, lại cũng chẳng có vật gì cho đặng bán mà nuôi mình nữa. Nên nó ngặt quá chẳng biết làm sao; thì mới ngồi mà tính trong bụng rằng : — Nếu mình sống mà chẳng có đồ ăn, thì cũng phải chết; song lâu chết lắm, thì càng làm cực mình hơn nữa. Chi bằng bây giờ mình liệu phương nào ngõ đặng chết mau hơn cho khỏi cực khốn. — Nó bèn kiếm một sợi dây cùng một cái đinh, lại một cái búa; rồi mới lên nhà cũ người ta đã bỏ, cột dây cho đặng thắt cổ mình mà chết. Vậy anh ta mới xách búa mà đóng đinh lộp cộp nơi vách đôi ba cái; chẳng ngờ vách cũ đã hư song, mà đóng nó động, thì liền ngã xuống. Anh ta thấy bạc trong ấy đổ ra nhiều lắm, thì vui mừng quá lẽ liền hốt lấy bạc đem về, bỏ búa, bỏ dây, bỏ đinh, và quên ngữ lo giết mình đi nữa.

Mà bạc ấy là của thằng hà tiện kia, khi trước đã giấu trong đó. Khỏi ít lâu người hà tiện nầy qua đó mà lấy bạc mình; chẳng ngờ thấy bạc đã mất, thì tức mình mà nói rằng : — Bạc tôi đã mất hết bây giờ, tôi sống làm sao đặng ? Sẽ lấy đi gì mà mua ăn ? — Nói như vậy đoạn, thì ngó quanh ngó quất thấy một sợi dây, liền lấy thắt cổ mình mà chết khốn nạn tại nơi ấy.

Truyện nầy dạy ta cho biết khôn, vì kẻ hà tiện thưởng lể của nó, nó chẳng đặng ăn, và con cái nó cũng chẳng đặng dùng nữa; một phải tay kẻ trộm cướp hay là kẻ khác ăn mà thôi. Lại có nhiều khi nó cũng phải chết khốn nạn nữa, như ta đã thấy trong truyện nầy; vậy ta hãy lấy trí khôn mà xét thì sẽ rõ biết.

§. 44. — TRUYỆN VUA KIA VÀ MỘT NGƯỜI CHĂN CHIÊN.

Thuở xưa, có vua kia tình cờ khi đi dạo ngoài đồng gặp một người chăn chiên. Chiên thì xem ra béo mập tốt lành đẹp đẽ con mắt lắm, mà vua ấy cũng có lòng quí quái, vì tưởng người chăn chiên nầy có cai trị dân, thì dân cũng sẽ đặng an nhàn, sung túc, tốt lành như những chiên ấy, thì gọi nó đến mà nói cùng nó rằng: « Hãy bỏ những chiên nầy mà theo Ta, thì Ta sẽ « cho làm quan lớn. » Vốn người chăn ấy khi còn giữ chiên, thì biết ba con chiên cùng một con chó, và một ông thầy tu hành kia ở gần đó mà thôi. Thường thường khi thả chiên ra ăn, thì để chiên ngoài cho con chó canh giữ, còn mình thì vào nhà truyện văn cùng ông thầy tu: thầy ấy khuyên bảo đều gì, thì vưng giữ hết. Mà khi nghe vua hứa sẽ cho làm quan lớn lắm, thì nó ham sự sang trọng, bèn bỏ chiên mà theo vua, thì vua đã cho làm quan án sát nhứt hạng. Ông thầy tu hành nầy một ít lâu sau thấy vắng mặt người chăn chiên ấy, lại nghe bây giờ ra sang trọng lắm; thì đi tìm vào cho đặng thăm người, và có ý an ủi nữa. Song le vừa khi thấy mặt, thì như thể lấy làm lạ, mà giụi con mắt cùng nói rằng: « Có phải là người chăn chiên « tôi biết bấy lâu nay chăng? » Người ấy trả lời rằng: Phải. Ông thầy ấy lại hỏi rằng, « Chớ ông ở « đây, ông chẳng sợ sao? » Người chăn chiên cựu trả lời rằng: « Tôi không sợ gì hết; tôi làm quan « đại thần nước nầy mà còn sợ nữa sao? ».

Thầy tu hành nói làm vậy đoạn, thì thuật lại một truyện thằng đuổi kia mà rằng: — Có một thằng đuổi kia nó cầm cái roi, dắc ngựa đi đến dưới bóng cây kia mà ngủ; chẳng ngờ mất cái roi ấy đi. Thức dậy đoạn thì nó mới hay; liền lo tìm kiếm hết sức, song vô ích. Đang khi nó rờ rẹt đều nọ vật kia, thì rờ nhằm con rắn, mà nó tưởng là cái roi, nên nó lấy mà cầm; bởi vì nhằm mùa lạnh, thì con rắn ra như thể chết vậy, nên chẳng còn biết cựa quậy gì nữa. Nó đi về nhà, người ta thấy nó cầm con rắn ấy, thì la nó rằng: « Nhơn sao mầy « dám cầm con rắn làm vậy? » Thì nó mắng phở người ấy rằng: « Nói bá láp! cái roi ngựa của tôi; « chớ con rắn ở đâu! » Người ta mới la một lần nữa, thì nó cũng mắng trả lại rằng: « Hãy để mặc « tôi: phở ông chớ nói! » Chút lâu con rắn tỉnh dậy mà cắn chết nó đi. — Ông nầy nói như vậy, đoạn thì đi về.

Người chăn chiên cựu ấy ở lại làm việc quan cũng cứ phép công bình. Mà chẳng khỏi bao lâu có kẻ đi cáo cùng vua, nói ông ấy làm cách nầy thể kia; mà khi ông nghe đặng, thì buồn bực, vì thấy vua chẳng còn yêu thương mình; thiên hạ lại cũng ghét nữa.

Trong nhà ông, khi ấy, có một cái tủ có mười chìa khóa, người ta nghi tưởng đầy dẫy những của cải, nhưng mà thật có áo quần là những đồ chàng va mặc khi hãy còn chăn chiên. Ông ấy đi mở cái tủ ra, mới lấy những đồ hèn mạt ấy mặc vào, mà đi đến thăm vua cùng nói rằng: — Khi trước tôi nghe vua nói, thì tôi ham chức quờn sang trọng mà theo vua; bây giờ tôi buồn quá chịu không đặng nữa, nên tôi xin trả chức lại cho vua, một xin phép về mà thôi. --

Ta hãy suy kẻ ham hở quờn chức sang trọng ở đời nầy, cùng vui sướng mê đắm theo tính xác thịt, chẳng khác chi kẻ tối mắt chẳng nghe lời người ta nói, là lời dạy bảo răn khuyên; đến khi chết mà phải hình khổ vô cùng thì mới biết.—Như thể thằng mù mẫu kia chẳng nghe lời người ta; đến khi rắn cắn chết, thì đã rồi đời mà chớ.

§. 42—TRUYỆN VUA PHAN-XI-CÔ THỨ NHỨT CÙNG MỘT NGƯỜI ĐỐT THAN.

Ngày kia, vua Phan-xi-cô thứ nhứt, là vua nước Pha-lang-sa, đi săn trên rừng, thì lạc đàng trở về chẳng đặng; vậy vua luông tuồng trong rừng khuya, chừng giờ thứ chín. Vừa may vua ngó thấy nơi kia có lửa sáng, vua liền đi đến nơi ấy thì gặp một nhà nhỏ, và một người đờn bà đang ngồi gần bếp lửa. Thì vua vào mà xin bà ấy cho đỗ nhờ một đêm, cùng cho ăn cơm nữa; thì bà ấy hứa sẽ cho đủ hết.

Mà bà ấy theo phép lịch sự, bèn nhất ghế lại một bên đống lửa, mời người ngồi gần cho ấm, vì mùa đông lạnh lẽo và mưa, nên ước cả mình lạnh lắm: lại bà nói rằng: « ông hãy đợi một chút « nữa, cho đến khi bạn tôi về, thì ông sẽ ăn bữa « cùng người, vì đã đi đốt than xa lắm. » Vậy khỏi một hồi lâu, chừng giờ thứ mười, người đốt than mới về; vợ mới nói cùng chồng mình rằng: « Có một người kia đã đi lạc đến đây, xin ngụ đỗ « nhà một đêm, cùng xin cơm ăn, thì tôi đã cho « và đem vào đó. » Khi chồng vào nhà thì cất nón mà chào người khách theo phép lịch sự, rồi biểu người khách nhường ghế đang ngồi cho mình ngồi, mà đi ngồi ghế khác, và nói rằng: « Ông « hãy ngồi qua ghế bên kia, vì tôi đã ngồi trên « nầy quen, nên ngồi chỗ khác chẳng đặng. »

Khi cả hai đang ngồi mà nói truyện cùng nhau

Phong hóa điều hành   6

vậy, thì vua hỏi rằng : « Chớ việc làm ăn thể nào?
« có khó hay là dễ? cùng thể vụ làm sao? nặng
« hay là nhẹ? » Thì người ấy nói rằng : « Nếu mà
« ông có phải là người tốt, thì đừng nói cùng quan,
« tôi cho ông ăn thịt, tôi đã bắt đặng một con heo
« rừng đỏ giấu trong tủ, (*Vì chưng thuở ấy vua*
cấm chẳng cho săn thịt trong rừng.) Vua đã hứa
cùng ông ấy mình chẳng nói với quan nào sốt :
vậy người dốt than ấy mở tủ mà lấy thịt đem ra ;
rồi cả ba người ngồi ăn cùng nhau ; khi ăn
uống rồi thì nghỉ ngơi. Dến sáng ngày, vua sửa
soạn về, thì vua muốn lấy tiền bạc mà cho người
ấy, nhưng mà chẳng còn di gì. Vua mới nói cùng
người ấy rằng : Mình là vua Phan-xi-cô đã đi săn
trong rừng nầy mà đi lạc đến dây ; mình muốn
lấy bạc mà cho, nhưng mà chẳng còn gì hết. Vua
lại nói rằng :— *Trẫm cho phép ngươi đi săn cả*
rừng bắt thịt mà ăn.—Khi ấy người nầy mới biết
là vua, thì sợ hãi lắm.

§. 43.—Truyện người kia, tên là Gioang Bao-ti-xi-ta, ở bên nước Ar-mỏ-ri-ca.

Xưa, có một thầy cả, tên là Op-ti-mê, giảng đạo
bên nước Ar-mỏ-ri-ca. Lần kia có một người rất
thật thà, tên là Gioang Bao-ti-xi-ta, đến xưng tội
cùng thầy cả mà rằng : « Trình cha, tôi có ăn cắp
« hai đồng bạc của thầy Hồng-mao lạc đạo.» Thầy
cả liền dạy Gioang nầy phải đem hai đồng bạc
mà trả cho người ấy, đoạn sau mình sẽ làm phép

giải tội cho; thì Gioang liền vưng lời thầy dạy, mà đem bạc trả cho thầy lạc đạo.

Gioang mới vào nhà, thì chào ông ấy theo phép phương tây rằng: — Chào thầy! — Thầy ấy cũng chào lại rằng: — Chào Gioang.—Lại hỏi nó rằng: — Chú đi đâu? — Thì Gioang trả lời rằng: — Hôm trước tôi có lấy của ông hai đồng bạc; mà tôi đi xưng tội, thầy cả dạy tôi phải trả lại; cho nên hôm nay tôi đam bạc mà trả cho ông.

Khi thầy lạc đạo xem thấy người ấy có lòng thật thà cùng nghèo khổ làm vậy, thì thương mà tha; lại nói mình cho hai đồng bạc ấy chẳng có lấy lại làm chi. Gioang liền nói rằng: «Mà nếu ông có cho « thì phải viết tờ làm chứng. » Thì thầy ấy nói rằng: «Mầy đã ăn cắp của tao, bây giờ tao cho « mầy; mầy lại xin tờ làm gì nữa? « Gioang thưa « rằng: Thầy cả dạy tôi trả bạc cho ông, cùng « phải xin tờ mà làm chứng nữa. » Thầy ấy lại « hỏi rằng: Làm chứng làm chi ? —

Gioang thưa lại rằng: « Nếu mà tôi chẳng có « tờ, đến sau khi tôi chết mà đặng lên Thiên Đàng, « lại gõ cửa, thì ông thánh Vê-rô sẽ hỏi rằng: — « Mầy đã đền tội hết chưa? Thì tôi sẽ thưa rằng: « Hết. — Người lại sẽ hỏi hai đồng bạc tôi đã ăn « cắp đã trả chưa? Tôi sẽ nói trả rồi. — Thì người « sẽ hỏi tôi có sự gì mà làm chứng tôi đã trả « chăng? — Thì tôi sẽ không biết trả lời làm sao. « Vậy tôi sẽ phải đi dòng dài khắp cả và Địa « ngục, nếu tôi chẳng gặp ông, thì tôi phải chịu » khốn nạn đời đời! »

§. 44 — TRUYỆN VUA NƯỚC PRUS-SE TÊN
LÀ PHÊ-ĐÊ-RI-CÒ.

Vua nầy là người đánh giặc giỏi lắm, mà người
muốn biết trong nhà nước thạnh hay là suy, dân
sự ăn ở thể nào; vì người nghe người ta thuật lại
thì người chẳng tin thật: cho nên một hai khi vua
mặc áo người thứ dân, mà đi dạo chơi trong các
phố xá cùng quán đình, cho biết dân sự ăn ở
thể nào.

Lần kia người đi vào trong quán, có người ta
đến uống rượu chơi đó, thì người lại ngồi một
bàn mà uống rượu cùng những kẻ ấy, mà giả đò
mình chẳng biết vua ăn ở thể nào. Thì hỏi những
kẻ uống rượu đó, cho mình đặng biết thứ vua
bây giờ ăn ở cùng dân sự làm sao. Vậy đang khi
người ngồi ăn uống đó, thì người thấy có một
tên lính đánh bạc cùng người Giu-đêu, mà tên
lính ấy đã thua hết nhiều lắm, cho đến đổi tới
dựng bạc, đồng hồ nó cùng chiếc nhẫn nó đeo
cũng bị thua ráo. Khi người lính ấy đã thua nhiều
làm vậy, chẳng còn đi gì mà đánh nữa, bèn toan
ra về. Khi nó vừa bước ra về, thì người Giu-đêu
ấy kêu nó mà nói rằng: « Ông còn một lưỡi gươm,
« hãy trở lại mà đánh với tôi. » Người lính suy đi
nghĩ lại một hồi, nếu mình có thua lưỡi gươm
nầy nữa, thì sẽ làm lưỡi khác thế lại. Suy làm
vậy đoạn trở vào mà đánh bạc cùng người Giu-
đêu nữa. Đang khi đặt cái gươm, thì có lính khác,
là bạn hữu nó, nói cùng nó rằng: « Nếu mà anh

« thua lưỡi gươm nầy nữa, đến sau vua khán xét
« lính lại, ngài thấy anh mất gươm thì ngài sẽ
« giết anh đi, thì anh làm sao? » Người ấy nói
rằng: « Không hề gì, tôi sẽ làm lưỡi gươm khác
« bằng cây mà thế lại. »

Lúc ấy, vua liếc con mắt mà xem hình tượng
nó, đoạn thì coi sổ nón nó mà biên vào trong sổ,
rồi thì ra về, truyền cho các quan đến mai sớm,
chừng giờ thứ bảy, phải kéo binh, đến tại trường
tập lính cho vua điểm binh.

Vậy đến sớm mai, vua ra khán lính, giả đò giận
dữ làm bộ quạu quọ, quở quan quở đội, thì
quan và đội đều thất kinh hồn vía. Lại vua xem
thấy một người lính kia chẳng có chùi lau khí
giái cho sạch sẽ để dơ dáy lắm, thì vua dạy trảm
quyết thằng ấy đi; ngài lại kêu thằng lính đánh
bạc hôm qua đã thua gươm, mà dạy nó chém.

Thằng nầy mới nghe lịnh vua dạy làm vậy, liền
động lòng sợ hãi kinh khủng lắm, bởi vì mình
chẳng có gươm thật, đã làm gươm giả thế vô đó
mà thôi: nếu mà rút gươm ra, ắt vua thấy mình
có gươm bằng cây thì phải chết chém chẳng sai.
Cho nên lính nầy giả đò như thể mình có lòng
thương người lính kia, bèn lạy lục vua hết lòng
hết sức mà xin tha; nhưng mà vua chẳng nghe,
một dạy phải chém mà thôi.

Bấy giờ nó mới quì gối xuống trước mặt vua,
cùng trước cả và quân lính mà cầu nguyện lớn
tiếng rằng: « Lạy Chúa, nếu mà Chúa chẳng làm
« cho vua nguôi lòng theo lời tôi nài xin thay vì

« người lính nầy, thì xin Chúa hãy làm cho lưỡi
« gươm sắt hóa nên lưỡi gươm cây. » —
Cầu nguyện đoạn, thì nó rút lưỡi gươm ra mà
đưa cho vua coi, cùng nói rằng: *bởi tôi cầu nguyện
cùng Chúa, nên lưỡi gươm tôi đã hóa nên gươm
cây.* Khi vua nghe nói làm vậy thì cười mà phán
rằng: « Trẫm tha cho nhà ngươi hết, mà từ nầy
« về sau chớ có làm đều gì quấy quá làm vậy nữa. »

Người lính ấy khỏi chết, mà về thì khấn hứa
mình từ đó cho đến trọn đời chẳng hề sẽ đánh
cờ bạc nữa, mà thật người đã giữ đặng như
lời mình đã hứa.

§. 45 — Truyện ông thánh È-loi trong nước Pha-lang-sa.

Ông thánh È-loi sinh ra gần thành Li-mồ-ges.
Cha mẹ là người thứ dân. Người thuở nhỏ thì
lịch sự xinh tốt lắm, lại năng đến chơi trong nhà
thợ bạc kia. Thợ bạc thấy con trẻ hình dưỡng yếu
điệu, lại có nết na đức hạnh thì thương, nên mới
dạy cho biết nghề thợ bạc. Chẳng khỏi bao lâu trẻ
nầy học nghề ấy khéo giỏi lắm, cho đến đỗi chẳng
còn sự gì mà học nữa, thì mới toan lập tim riêng
mà làm ăn. Khi ấy người chẳng có tiền đủ mà
sắm các đồ làm nghề, nên người làm thợ rèn đóng
cúc ngựa mà thôi. Người làm khéo quá đến đỗi
vòng giáp chơn ngựa sáng như bạc, còn các
cái cúc đóng thì như ngọc vậy; nên ai nấy đều

ưng bụng cùng khen hết sức.

Chẳng khỏi mấy năm, thì danh tiếng người đồn ra trong cả và nước Pha-lang-sa. Cho nên người sanh lòng kiêu ngạo lắm, bởi vì chẳng thấy ai khéo hơn mình nữa, thì mướn người ta họa một cái bản: *Ê-loi thợ khéo hơn các thợ thầy thầy*; rồi treo trước ngõ nhà mình cho thiên hạ xem thấy; nhưng mà ai ai đều chịu chẳng đặng người rất kiêu ngạo dường ấy. Lại D. C. T. chịu cũng chẳng đặng nữa; vì người kiêu ngạo đến đỗi chẳng muốn chịu thua ai, một muốn cho mình giỏi hơn hết mọi người mà thôi. Nhưng vậy Chúa cũng ban ơn giúp sức cho người đặng bỏ tính kiêu ngạo và trở lại làm đầy tớ mình cùng nên thánh như tích sau nầy.

Có một lần, đang khi ông ấy rèn, thì có một con trẻ đến đứng trước sân mà coi; thì ông ấy hỏi rằng: « Mầy coi đi gì? » Thì trẻ ấy trả lời rằng: « Tôi coi có thợ nào khéo hơn đặng tôi học, vì « chưng tôi tưởng chẳng có ai khéo hơn tôi. » Ông Ê-loi nghe nói làm vậy, thì bảo con trẻ nầy vào làm cùng mình. Con trẻ chịu, mới vào mà lấy sắt cùng nướng một lần mà thôi, đoạn thì rèn mà tốt hơn và chắc hơn của ông Ê-loi rèn nữa. Nên ông Ê-loi hỏi con trẻ rằng: « Sao anh chẳng « đốt sắt ba lần mà làm? » Con trẻ ấy trả lời rằng: « Chẳng cần gì phải nướng ba lần, một lần mà thôi thì đủ. » Ông Ê-loi lại rằng; « Tôi « muốn coi anh đóng vào chơn ngựa nữa. « Thì con trẻ ấy rằng « Nếu có sẵn ngựa, thì ông hãy « đem đến đầy, tôi sẽ đóng vào luôn thể » — Ông

È-loi mới chạy lại nhà gần đó bảo đem một con ngựa lại, cùng lo kiếm dây mà cột nó nữa; mà con trẻ ấy nói rằng: « không cần gì. » Khi người ta đã đem con ngựa đến, thì trẻ ấy lại mà cầm lấy chơn con ngựa, và lấy dao cắt ngang chơn ấy đi, mà chẳng chảy máu; con ngựa cũng chẳng phải nao cùng không phá phách gì hết. Đoạn thì con trẻ ấy lấy chơn con ngựa đem lại mà đóng cúc, rồi đem trở ra mà đặt vào nơi cũ, cùng thổi một cái, thì hơn ấy liền dính lại tức thì.

Ông È-loi liền nói tính sự rằng: « Tôi « làm phép ấy cũng đặng, mà tôi không muốn « làm, tôi làm phép thường mà thôi; lại tôi còn « nhiều phép khác nữa, nên anh có muốn ở lại « nhà tôi đôi ba ngày, thì tôi sẽ dạy. » Con trẻ ấy chịu.

Khi con trẻ ấy ở lại trong nhà, thì ông È-loi sai đến xóm gần đó, cho đặng kiếm đồ nọ đồ kia về mà làm. Đang khi con trẻ ấy đi, thì có một người cỡi ngựa ngang qua nhà ông È-loi cũng mướn ông ấy đóng cúc chơn ngựa mình, vì có một cái đã sút mất. Khi ấy ông È-loi, cũng muốn bắt chước như con trẻ nầy, bèn lấy dao mà cắt chơn con ngựa, thì nó đau đớn lắm, và chảy máu ra, nên nó phá phách cầm chẳng lại cùng té xuống gần chết. Chủ ngựa giận quá lẽ, vì làm cho ngựa mình phải đau đớn dường ấy. Khi ông È-loi đóng cúc chơn con ngựa rồi, thì đam lại cùng đặt vào cùng thổi hết sức hết hơi chẳng thấy dính, cho nên sợ hãi bối rối trong lòng quá.

Con trẻ nầy đi xóm về, thì ông nói với trẻ ấy rằng: « Anh ơi! tôi đã bắt chước anh mà cắt chơn « con ngựa làm như anh, mà không đặng! » —

Khi con trẻ nghe nói thì cười mà rằng: « không « hề gì, để đó, tôi sẽ làm. » Chơn con ngựa lành rồi, ông Ê-loi thấy làm vậy liền xách búa mà bửa cái bản treo trước nhà mình bể nát ra hết.

Vậy con trẻ ấy, là thiên thần Chúa, nói cùng ông ấy rằng: « Ý Chúa chẳng chịu lòng ông rất « kiêu ngạo dường ấy, nên sai tôi đến đây mà sửa « tội ông: cho nên từ nầy về sau ông hãy ở khiêm « nhượng, vì có nhiều người hơn ông nữa; « chẳng phải là có một mình ông giỏi khéo hơn « hết đâu! »

Từ đó về sau ông Ê-loi ở khiêm nhượng lắm; nên sau đã nên thánh. Còn con trẻ ấy, là thiên thần Chúa, khi nói bấy nhiêu lời đoạn, thì biến đi mất: lại người cởi ngựa kia, là ông thánh Gê-or-giô. — D. C. T. đã sai hai người nầy đến mà làm cho ông thánh Ê-loi bỏ tính kiêu ngạo trở lại nên đầy tớ D. C. T. thật.

§ 46 — Truyện một đứa con người khó khăn.

Người khó khăn kia tên là Vê-rô, chuyên nghề làm mướn mà nuôi mình, chết vợ, có năm đứa con trai hết. Thời trời xây vận, rủi năm ấy mất mùa, của ăn vật uống chi đều thì mắt lắm.

Bởi Vê-rô nầy hằng làm việc chẳng hở tay, nên mới có đủ mà trợ gia đạo trong thì nguy hiểm ấy. Dầu vậy thương ôi! nhiều khi cũng eo hẹp lắm, làm việc cả ngày, tới lãnh tiền công thì mua trọn vẹn được một khúc bánh đem về chia làm năm làm bảy, mình một phần, con cái mỗi đứa mỗi phần, mà ăn lạt với nhau cho đỡ đói, không thịt cá gì hết.

Có một lần thằng con đầu lòng, tên là Ta-đêu, nên tám tuổi, lãnh phần chia cho nó, rồi rứt ăn một chút, chừng vừa đủ cầm sống mà thôi, còn bao nhiêu thì đưa lại cho cha nó mà nói rằng : « Cha ăn cái « nầy đi, bằng không thì chia cho mấy em tôi, chớ « tôi ăn không đặng, hôm nay sao tôi nó bắt khó « ở như muốn đau vậy. » Cha nó liền hỏi rằng : « Con đau hay sao con? » Ta-đêu thưa rằng : « Con không đau gì bao nhiêu, mà đều ăn không được, đễ con đi nằm thì khá hơn. »

Cha nó dọn dẹp giường chiếu, nó leo lên nằm.

Rạng ngày cha nó chạy lại ông thầy thuốc gần đó, xin thầy tới coi mạch giùm cho. Thầy ấy là người nhơn hậu hay giúp đỡ người ta, nên liền đi theo Vê-rô. Tới nơi, thầy ấy bắt mạch thấy nó không đau gì, có một đều là nó yếu sức lắm, như đã bỏ ăn lâu ngày vậy. Thầy liền hốt cho nó một thang thuốc bổ cho khoẻ mà thôi.

Nó thấy ông thầy lo thuốc men cho nó, thì nói cùng thầy ấy rằng : « Xin thầy đừng lo thuốc men « gì hết, vì tôi uống không được. » Thầy thuốc liền hỏi nó rằng : « Sao con không muốn uống

« thuốc? » Nó thưa rằng: « Lạy thầy, xin thầy
« đừng hỏi thì hơn, tôi không nói đâu. » Thầy ấy
rằng : « Mầy làm bộ chúng chứng, cha mẹ có biểu
« cái gì phải vưng lời, con nít con trẻ ở đâu mới
« bây lớn, lại được lớn lỉnh, muốn ngăn nào thì
« nên ngăn nấy vậy. »

Thằng nhỏ: « Thưa thầy, tôi không uống thuốc,
« thiệt chẳng phải chúng chứng đâu. »

Thầy thuốc:« Thôi, tao không muốn bắt mầy khai
« chuyện kín mầy ra làm chi, mà cực lòng mầy,
đễ tao hỏi cha mầy , ý làm sao mà mầy sòng sòng
« quyết một, không chịu uống thuốc. »

Thằng nhỏ: « Lạy thầy, tội nghiệp mà, xin thầy
« đừng nói với cha tôi làm chi, cha tôi buồn. »

Thầy thuốc:« Tại làm sao thì nói đi, bằng không
« đễ cha mầy đi mần về đây tao hỏi. »

Thằng nhỏ: « Thưa thầy, xin thầy biểu mấy em
tôi đi ra, thời tôi mới dám nói.» Vậy khi thầy thuốc
biểu mấy đứa nhỏ ra rồi, thằng Ta-đêu mới nói
với thầy thuốc rằng:« Thưa thầy, phải chi thầy biết
« cha tôi bây giờ cực khổ là thể nào, mà chạy ăn cho
« mấy anh em tôi thì thầy mới rõ. Khi tôi thấy cha
« tôi phải lo lắng thức khuya dậy sớm, cho được
« lo cho mấy anh em tôi, lại tôi thấy bốn em tôi còn
« nhỏ mà nhiều lần phải thiếu ăn đói khát, thì tôi
« lấy làm buồn lắm. Mấy anh em tôi, một mình tôi
« là lớn, có sức hơn, cho nên tôi muốn đễ phần tôi
« cho cha tôi ăn, đặng cha tôi có sức đủ mà làm việc
« nuôi mấy em tôi, như cha tôi không ăn thì đễ lại
« cho em tôi, cho nó được ăn thêm no hơn một
« chút, cho nên tôi giả đò ăn không được, cho cha

« tôi chẳng ép tôi ăn mà thôi, chớ tôi có đau đớn
« chi, mà thầy biểu tôi uống thuốc. »

Ông thầy nghe lời thằng nhỏ nói có ăn có hiếu
làm vậy, thì cầm lòng chẳng đậu, nước mắt chảy
ra mà nói cùng nó rằng:« Vậy còn con, con không
« biết đói sao ? »

Nó thưa rằng: « Thưa tôi cũng đói lắm, mà đều
« hỗ đói làm vậy thì khỏi đau lòng, vì thấy cha tôi
« với em tôi phải cực khổ. »

Thầy thuốc lại hỏi nó rằng:« Vậy chớ con không
« biết, hễ nhịn đói lâu thì phải chết sao? »

Nó thưa rằng: « Thưa tôi cũng biết, mà tôi bằng
« lòng chết theo thánh ý Chúa. Tôi chết làm vậy, thì
« cha tôi nhẹ lo được một đứa, còn tôi lên thiên đàng,
« thì tôi cầu nguyện cho cha tôi và mấy em tôi. Mà
« bây giờ tôi xin thầy một sự, là rước cha giùm cho
« tôi, vì tôi đã có tội nói dối, không đau mà nói có,
« tôi xưng tội ấy rồi tôi chết bằng an. »

Thầy ấy nghe làm vậy thì cảm động trong lòng
quá lẽ, liền ôm nó mà nói rằng: « Không con, Đ.C.T.
chưa để cho con chết đâu, Chúa coi sóc vạn vật
chẳng bỏ kẻ khốn nạn, kẻ siêng năng cần mẫn,
cùng kẻ kêu xin Người đâu. »

Đoạn thầy ấy trở về nhà, một chập lại đến, cùng
sai một đứa đầy tớ, bưng bánh, thịt, rượu và
các đồ cần. Đến nơi thầy thuốc biểu đầy tớ dọn ra
trên bàn, kế cha thằng nhỏ đi mần về, ông thầy
liền biểu mấy cha con lên ngồi ăn một tiệc, bỉ bàng
vui vẻ lắm.

Lối xóm nghe nói lại chuyện thằng nhỏ đó, thì
đều động lòng giúp đỡ; kẻ cho tiền bạc, người thì

vải bỏ, đủ đồ cần dùng, cho qua thì cơ hẹp nầy.

§. 47 — TRUYỆN MỘT NGƯỜI MỌI GIÀ MẤT CON MÀ THƯƠNG TIẾC LÀ THỂ NÀO.

Trong mấy trận giặc sau hết bên phương A-mê-ri-ca, thì có một trận đạo binh mọi A-bê-na-ki vây đánh đặng một đoàn binh Hồng-mao, ai làm tay mọi ấy thì không thể trốn được, vì quân mọi ấy đi giỏi lắm, nên binh Hồng-mao tiếp cứu không kịp, và kẻ bị bắt phải dẫn đi càng ngày càng xa, lại nó làm khổ ngược chẳng vừa gì.

Khi ấy có một quan Hồng-mao kia còn trẻ, bị hai thằng mọi bắt được, nó đà giơ gươm lên hòng chém đi.

Quan Hồng-mao ấy thấy chẳng còn lẽ gì khỏi chết, mới quyết liều mạng mà giết mọi, dầu không khỏi chết, ít nữa là cũng làm cho nó tổn hao nhiều. Vừa tính làm vậy, bỗng chúc có một người mọi già, tay cầm ná bước lại gần quan ấy, cùng dương ná lên, quyết bắn quan ấy cho chết, song nó nghĩ đi nghĩ lại, liền hạ ná xuống mà chạy lại đứng giữa quan Hồng-mao cùng hai thằng mọi, mà cản không cho giết quan nầy. Người mọi già thể thì cũng chức quờn chi trọng đó, cho nên hai thằng mọi kia chẳng dám cãi lời, một vưng kính mà lui đi.

Người mọi già ấy liền nắm tay quan Hồng-mao mà dắc đi, vỗ về, cùng làm mọi cách cho quan Hồng-mao khỏi sợ; nó làm như vậy mà dẫn quan ấy về tới chòi nó ở, cùng thương yêu thiết đãi mọi

dàng, chẳng khác chi quan Hồng-mao ấy không
phải là tôi giặc, song là như anh em cùng nó
vậy; nó dạy quan ấy tiếng mọi, dạy các nghề mọi
năng dùng. Hai người ấy ở cùng nhau đã lâu mà
vừa ý nhau lắm, chẳng ai chích mích ai đều gì,
Song cũng còn một đều làm cho người Hồng-mao
ấy ưu phiền, là nhiều khi thấy sao ông già mọi ấy
ngó mình chăm chỉ đi một hồi, đoạn ứa nước mắt
ra; người Hồng-mao thấy vậy chẳng hiểu ý gì.

Song qua năm đó, nhằm mùa xuân, thì các sốc
mọi lại lấy khí giái mà đi đánh giặc nữa; người
mọi già nuôi quan Hồng-mao ấy, tuy là già, song
cũng còn sỏi, còn chịu nổi việc nhọc nhằn thảo
trại. nên cũng đi theo, mà lại cũng đem quan
Hồng-mao theo nữa.

Vậy khi đi luồng tuông trong rừng chừng hai ba
trăm dặm, thì mọi gặp đặng một trại Hồng-mao ở,
người mọi già liền chỉ trại ấy cho quan Hồng-
mao mà nói rằng: « Nầy là nơi anh em mấy ở mà
« đợi, đặng có giao chiến cùng ta. »

Nó và nói lời ấy, và xét nét, cùng xem gương
mặt quan Hồng-mao, khi nói về anh em bổn
hương mình thì ra làm sao.

Vậy nó nói rằng: «Tao nói cho mấy nghe ít đều:
« Tao đã cứu mạng sống mấy, dạy mấy biết nỏ
« xuống, làm ná, vót tên, tập mấy biết cầm can
» qua đỡ gạt, đánh chém. Khi tao mới đem mấy
« về nhà tao thì mấy là giống gì? Chơn tay yếu
« đuối, như con nít, không làm cái gì nổi; trí lòng
« mê muội không biết vật gì, mọi việc, mọi sự
« mấy đều nhờ tao hết. Vậy vì lẽ nầy, sau nầy mấy

« có lẽ nào mầy ăn ở vô tình, đến đỗi dám vầy
« đoàn cùng anh em bổn hương mầy mà trở lại
« đánh với chúng qua sao? »

Quan Hồng-mao liền hứa mình: « Từ nầy cho
« tới chết, thà chết trăm ngàn lần chẳng thà đổ
« máu người A-bê-na-ki nào nữa. »

Người mọi già ấy liền gục đầu xuống, hai tay che
mặt, mà ở như vậy được một giây lâu; mới ngước
mặt lên, ngó qua Hồng-mao, đoạn hỏi cách thiết
yếu cùng xót xa rằng: « Mầy còn cha mẹ gì không? »

Quan Hồng-mao rằng: « Khi tôi lìa quê tôi mà
« đến đây thì cha tôi còn sức khoẻ. »

Người mọi lại rằng: « Ôi! bây giờ cha mầy vô
« phước lắm, đoạn làm thinh một chặp, mới nói
« rằng: Mầy có biết tao không? Tao xưa cũng có
« con, mà chẳng còn nữa, tao đã thấy nó đánh
« giặc mà tử trận, nó giao chiến gần bên tao, mà
« mặt nầy đã thấy nó ngã xuống, cả và mình nó
« đầy dẫy những thương tích, nó chết cách mạnh
« mẽ, mà tao cứu nó chẳng được, chớ phải tao đã
« cứu con tao được rồi thì... » Người mọi ấy khi
nói những lời nầy thì run rẩy cả và mình mạnh
lắm, lòng dạ đấng làm người, khi nói những
đều làm vậy, thí tự nhiên quăn quít, bắt chảy
nước mắt ra mà khóc lóc; song người mọi nầy
cầm mình lại hung lắm, con mắt láo liên thì mới
khỏi khóc.

Lần lầu nó ép mình được, cùng day mặt qua
phía đông (hồi mặt trời rựng mọc) mà nói cùng
quan Hồng-mao rằng: « Nầy trời sáng tốt vui vẻ,

« mấy thấy không? »

Quan Hồng-mao liền rằng: « Phải, khi thấy tốt « trời thì bất toại chí vui lòng. »

Người mọi rằng: « Còn tao thì dầu thấy tốt trời « cũng chẳng còn vui chi nữa. » Nó nói lời ấy thì hai hàng nước mắt tuôn ra dầm dề; một đỗi đàng, nó thấy một cây liễu cao, bóng im tàng dợp, liền chỉ cho quan Hồng mao mà hỏi rằng: « Mấy thấy « cây nầy không? Nó tốt lành vậy mấy có toại chí « phỉ tình chăng? »

Quan Hồng-mao trả lời rằng: « Phải, khi tôi thấy « cây cối tốt lành thì được giải phiền cùng an ủi « lắm. »

Người mọi lại rằng: « Mà còn tao rày cho dầu « thấy cây cối kiểng vật tốt lành thể nào, thì lòng « tao cũng chẳng khuây lảng được chút nào « sốt. »

Đoạn lại rằng: « Vậy bây giờ mấy hãy kíp trở « về bổn hương mấy cho cha mấy đặng thấy mấy, « cho người được vui trong lòng, như khi thấy « kiểng vật cùng những đều báu lạ hóa sinh trong « mùa nầy. »

§. 48 — TRUYỆN NGƯỜI MỌI CÓ ĐẠO TÊN LÀ TÔM.

Có một người mọi đã trở lại đạo, chịu phép rửa tội đoạn thì giữ đạo sốt sắng lắm; ở với chủ thật thà, siêng năng; cho nên chủ thấy làm vậy thì thương cùng tin cậy người mọi nầy lắm.

Có một lần ông chủ muốn đi mua thêm mọi khác về giúp việc trong nhà, thì đã đem người mọi nầy theo, cho nó giúp mình mà lựa mọi nào siêng năng kẻo lầm. Vậy thằng Tôm nói cùng chủ, chỉ một ông già hình gầy guộc, yếu đuối lắm, mà nó biểu chủ mua ông già mọi ấy.

Ông chủ thấy mọi già ốm yếu thì chờ không chịu mua; song thằng Tôm nài xin chủ phải mua mọi già ấy đặng giúp việc với mình, nên chủ mới chịu mua theo ý nó.

Về tới nhà thằng Tôm ra sức bảo dưỡng ông già mọi việc. Để cho ông già ở chung một chòi với nó, ăn chung với nó. Khi nào ông già có lạnh, nó đem ra nắng mà hơ cho ấm; ông già có nóng nắng lắm, nó dắc vô bóng cây mà nghỉ mát.

Chủ thấy thằng Tôm kính trọng ông già lắm làm vậy, thì nghi có khi tại ông già ấy là giống gì nó đó, nên nó săn sóc làm vậy, bởi đó mới hỏi nó rằng: « Người nầy là giống gì mầy, có phải là cha mầy « không, hay là có khi là bà con mầy phải « không? » Nó liền rằng: « Thưa ông, không « phải là cha tôi, cũng không phải là bà con cật « ruột gì tôi, cũng không phải là anh em thiết « nghĩa gì hết. » Chủ bèn rằng: « Không phải là « cha mầy, cũng không phải là bà con thiết nghĩa « gì mầy, sao mà mầy thương yêu ông, hoạn dưỡng «ông hung vậy?»Tôm rằng:«Thưa ông, ông hỏi thì «tôi phải thưa thật:Ông ấy là kẻ thù nghịch cùng tôi « hạng nhứt, vì thuở xưa chính mình ông đã bắt tôi «mà bán mọi cho người ta, nên tôi phải làm tôi cực

Phong hóa điều hành 7

khỏ cho đến bây giờ. Mà bởi tôi có đạo, Chúa dạy
rằng : « *Nếu kẻ nghịch mầy đói, thì mầy hãy cho nó*
« *ăn ; nếu nó khát, mầy hãy cho nó uống ; làm vậy*
« *thì mầy mới nên giống Cha bay ở trên trời mà*
« *chớ.* » Lời Chúa dạy làm vậy, các ông linh mục
«hằng cao rao giảng dủ biểu phải làm theo,
« nên ông nầy là kẻ rghịch cùng tôi, bởi đó tôi
« phải thương ông mà thôi. »

Chớ chi ai nấy đều đặng bắt chước gương
người mọi nầy.

§. 49 — ĐẦU BẾP MÊ UỐNG RƯỢU BỊ BẮT.

Chủ nhà kia hay đi săn bắn, bắt đặng một con
thỏ mập béo ; trở về nhà, kêu đầu bếp, dạy nấu
con thỏ với rượu ngon. Đầu bếp vưng, liền làm
thịt thỏ, đoạn lấy ve rượu, kéo nút ra mà thầm
thĩ rằng : «Ứ! rượu nầy ngon lắm, lấy rượu ngon
« làm vậy mà nấu thịt thỏ làm chi? Rượu dở hơn
« cũng được, chủ có hay ở đâu. » Nói rồi, nó nếm
rượu lấy làm ngon lắm, cất ve rượu ngon ấy để
riêng cho mình. Nó đi kiếm một ve rượu thường,
rót trong cái nồi nấu thịt thỏ. Rồi va lấy ve rượu
ngon, ngó láo liêng và nếm lại, thì cười, lấy ngón
tay bít miệng ve và giả đò rót rượu trong cái nồi
và nói : «Tao sẽ cho mầy u ; rượu ngon. Ả! tao
« sẽ cho mầy uống rượu ngon.» Chàng va nói làm
vậy; và cười, đoạn uống rượu ngon hết. Khi ấy
nó chẳng ngờ có chủ nhà rình ngoài cửa nghe
và thấy hết, song le làm thinh chẳng nói đều gì.

Đến giờ ăn, chủ nhà và các bạn hữu chủ nhà

đã mời tới ăn thịt thỏ, mừng chủ đã thết đãi các bạn dường ấy. Chủ nhà giả đò không biết sự dối trá đầu bếp; lại vì muốn phạt nó, thì biểu nó đi lấy một ve rượu ngon như rượu đã cho khi nãy mà nấu thịt thỏ; sau chủ biểu nó lấy cái ly. Bấy giờ chủ rút nút ve ra, đoạn lấy ngón tay bít miệng ve, và giả đò rót rượu trong ly nó, mà mượn lời nó đã nói mà rằng: « Tao sẽ cho mầy uống rượu « ngon, Ả! tao sẽ cho mầy uống rượu ngon. »

Đầu bếp khi nghe vậy thì mất cỡ sượng trân, hiểu chủ đã chợ mình vì đã thấy và nghe sự dối trá mình đã làm, nên nó xin lỗi chủ liền và sửa mình chẳng còn dám dối trá nữa.

§. 50 — CÁCH THỂ KIẾM TIỀN CẤT

NHÀ THỜ.

Thầy cả kia nghèo, coi một họ gần biển. Kẻ có đạo trong họ ấy làm nghề bắt cá, cũng nghèo nàn, góp tiền cất nhà thờ chẳng đặng. Cho nên thầy cả cùng bổn đạo buồn chẳng biết lo liệu thể nào, cho đặng tiền bạc đủ mà cất nhà thờ.

Bây giờ có một người thấy vậy thì động lòng, và xin phép bàn một đều để cho người ta làm cho có tiền mà cất nhà thờ.

Thầy cả cùng bổn đạo nghe vậy thì vui mừng, mới hỏi người ấy phải làm thể nào?

Người ấy bàn rằng: « Mỗi người đờn ông trong « họ nầy làm nghề bắt cá, mỗi nhà có ghe đi bắt cá,

« vậy tôi khuyên các người ấy: Hễ bao giờ ghe ra
« bắt cá mà về, thì lựa một con cá lớn tốt, để riêng
«mà giao cho cha sở, và những con cá ấy là con cá
« dưng cho Đ. C. T., thì bán đi lấy tiền mà cất nhà
« thờ. »

Mỗi người đều ưng như lời người ấy nói, và
chẳng khỏi mấy năm cất nhà thờ đặng trong họ.

Như có lời ngạn ngữ rằng: *Một cây làm chẳng
nên non, ba cây giụm lại nên hòn núi cao.*

§. 51 — Vua Hen-ri iv và người dân.

Vua Henri iv đi săn trong rừng kia, gặp một
người ngồi dưới gốc cây mới hỏi nó: « Chú làm
« gì đây? »

Người ấy trả lời rằng: « Tôi ngồi đây có ý xem
« thấy mặt vua, hoặc có đi ngang đây chăng. »

Vua rằng:«Ví bằng chú muốn xem thấy vua, thì
« chú phải lên cởi sau lưng ngựa với ta, ta sẽ đem
« chú đi chỗ kia, thì chú xem thấy vua cho rõ. »

Nó nghe làm vậy vui mừng, liền hót lên ngựa
cởi ngồi sau lưng vua.

Dọc dàng nó hỏi vua: «Chớ tôi phải làm sao
«. cho đặng thấy mặt vua?»

Vua rằng:« Sự ấy dễ lắm, hễ là người nào chú
« thấy đội nón khi mọi người khác cất nón mà
« chào mầng, thì người ấy là vua. »

Tới nơi các người đi săn hiệp lại, mọi người
thấy vua với người dân cởi ngựa sau lưng vua
thì lấy làm lạ, song chẳng biết ý gì.

Dang khi mọi người thấy vua cỡi ngựa ngang qua thì dỡ nón chào kính vua. Bấy giờ vua mới hỏi người dân rằng:« Chú có thấy mặt vua chưa?»

Nó trả lời rằng: « Tôi đã thấy mọi người dỡ « nón, có hai ta còn đội nón mà thôi; ấy vậy « tôi tưởng hoặc ông hay là tôi là vua, chớ không « ai nữa đâu. »

§. 52 — CON TRẺ MÊ ĂN.

Nhà kia có một đứa con mê ăn quá, nên cha mẹ lo mưu mà sửa phạt con. Có một lần bà mẹ làm thứ bánh ngon ngọt, có nhiều đồ mĩ vị ở trong. Khi ngồi ăn cơm cha mẹ thấy con ngó bánh ngọt ấy hoài, song làm bộ giả đò như mình không biết con ham thèm bánh ấy quá; vậy khi cha nó phân chia mỗi người một ít, thì còn dư một miếng lớn cất trong tủ đồ để ăn.

Khi con nít đi nghỉ hết thảy, thì hai ông bà vào mở tủ, lấy bánh ngon ra và đổ bột không trong bánh ấy, song bề ngoài thì để như là bánh nguyên.

Bữa sau khi gần giờ lót lòng con trẻ mê ăn vào lén trước kẻ khác, mở cửa tủ ra và lấy làm mừng, nó liền cắt phần trên cái bánh có ý lấy đồ ngon ngọt ở trong mà ăn, chẳng dè nó gặp tinh bột không, thì mất cỡ quá sức. Đang khi nó rối trí vì thấy mình phải gạt gẫm làm vậy, nó liền nghe tiếng om sòm nhiều người ở ngoài cười rộ lên; tức thì nó mở cửa ra thấy cha mẹ, anh em, đầy tớ nhạo cười nó, nó mất cỡ xấu hổ quá, sấp mình dưới chơn

cha mẹ mà xin lỗi, cùng hứa sẽ sửa mình chẳng dám mê ăn làm vậy nữa.

Chớ chi kẻ làm cha mẹ lo mưu nầy thế kia mà sửa con cái mình, khi thấy nó làm sự gì lỗi.

§. 53 — VỀ SỰ XEM CHẲNG THẤY.

Có quan kia cãi lẽ với một đức Ca-di-nal kia rằng: « Tôi tin các qui chẳng đặng, bởi vì tôi « chẳng xem thấy mặt nó. »

Đức ông Ca-di-nal trả lời rằng: « Lẽ nầy chẳng « phải là lẽ thật mà chẳng tin, vì chưng nếu lẽ nầy « là lẽ phải, thì ta cãi lẽ đặng như sau nầy: « Tôi « chẳng hề xem thấy đặng trí k hôn ông, ấy vậy « ông chẳng có trí khôn. »

Quan ấy nghe vậy làm thinh.

§. 54 — ÔNG THÁNH PHAN-XI-CÔ SA-LÊ-XI-Ô VỚI CHỦ CON NGỰA

Ông thánh Phan-xi-cô Giám mục thấy người kia có một con ngựa kim mập tốt, và lo lắng nuôi nó hằng ngày lâu giờ, thì hỏi chủ ngựa ấy rằng: « Chú có thương con ngựa nầy lắm « chăng? »

Chủ ngựa thưa rằng: « Bẩm Đức cha, tôi thương « lắm. »

Giám mục: « Mà chú lo nuôi tắm chải nó một « ngày mấy giờ? »

Chủ ngựa thật thà trả lời rằng: « Hằng ngày tôi « lo cho nó có hơn hai giờ. »

Giám mục lại hỏi gay nữa rằng: « Bây giờ chú
« hãy thưa thật thà, chú lo về linh hồn chú một ngày
« hết mấy giờ? »

Chú ngựa rằng: «Hằng ngày khi thức dậy thì tôi
«lấy dấu thánhGiá, và tôi đọc một kinh Lạy cha cùng
« một kinh Kính mừng. Lại mọi ngày Chúa nhựt,
«tôi xem một lễ, song lễ nào mau hơn. Bấy nhiêu
« mà thôi. »

Thánh Giám mục phán rằng: «Ấy vậy ta đoán ví
« bằng phải chọn trong hai đều, thì thà làm con
« ngựa, chẳng thà làm linh hồn chú, bởi vì chú
« thương con ngựa hơn linh hồn.»

§. 55 — HAI NGƯỜI ĐẶNG LỢI.

Người kia có tiếng không hay trả nợ, đến
thăm ông thánh Phan-xi-cô Giám mục, xin người
làm phước cho mình mượn 20 đồng bạc. Thánh
Giám mục có lòng rộng rãi, song le biết người
ấy chẳng hay trả nợ, thì lo phương thế cho
khỏi mất nhiều bạc làm vậy, cho nên hỏi nó
rằng: «Chú muốn học cách nào cho hai ta đặng
« lợi lại một chục đồng bạc tức thì chăng?»

Người ấy vui mừng xin thánh Giám mục dạy
cách ấy.

Bấy giờ thánh Giám mục cầm một chục đồng bạc
trong tay mà nói rằng: «Sự ấy dễ lắm, hai ta phải
« mở tay ra mà thôi. »

Người kia mừng liền giơ tay ra. Ông thánh Giám
mục cũng giơ tay ra trao cho nó một chục
đồng bạc và nói rằng: «Chú đã đặng lợi một chục
« đồng, vì ta cho dứt bạc nầy cho chú; nên bây

«giờ chú chớ xin ta cho mượn một chục đồng
« khác, vì ta lấy một chục đồng ấy là phần lợi ta.»

Người nầy liền hiểu ý Giám mục, và khen người
có lòng rộng rãi lại khôn ngoan nữa.

§. 56 — KẺ CHẲNG TIN CÓ Đ. C. T.

Một con trai kia khoe mình rằng:« Tôi chẳng tin
« có Đ. C. T. » Nó ngờ kẻ khác cũng sẽ bắt chước
nó, và chẳng tin có Đ. C. T. như nó vậy. » Song
le mọi người làm thinh; nó thấy vậy thì hỏi các
người ở đó rằng: « Ấy vậy có một mình tôi ở đây
« mà chẳng tin có Đ. C. T. sao? »

Tức thì có một đờn bà đáp lại rằng: « Chẳng
« phải có một mình chú đâu, còn con chó và con
« mèo đây nầy, nó cũng chẳng tin có Đ. C. T;
« nhưng mà nó còn khá, vì nó chẳng khoe mình
« như vậy. »

Người trai ấy nghe thì mất cỡ sượng, chẳng
còn dám khoe mình như vậy nữa.

§. 57 — KIM ĐỒNG HỒ.

Ông quan kia đi ăn bữa tối trong nhà bạn
hữu; ăn uống rồi, là khuya mới về một mình.
Khi đi đàng đến lúc vắng, thì gặp ba đứa trộm
cướp chặn đàng, và chúng nó làm bộ hỏi người
rằng: « Bây giờ là giờ thứ mấy? »

Quan nầy liền biết chúng nó là quân gian giảo,
nên rút gươm ra giơ lên trước mặt chúng nó, mà
nói cách mạnh mẽ rằng: « Đến giờ thứ 12; nầy là
« kim chỉ giờ. »

Ba đứa ăn trộm thấy kim chỉ giờ lạ làm vậy, bèn

sợ mà lui đi ngả khác mất.

Khi gặp cơn túng ngặt, thì phải lo mưu kia chước nọ, mà trừ những đứa gian tà độc dữ, như quan nầy.

§. 58 — TRUYỆN CON TRẺ DỌN MÌNH RƯỚC LỄ BAO ĐỒNG.

Có đứa con gái nên 12 tuổi, con nhà nghèo, cha mẹ cho nó đi học sách phần, và nghe dạy cho đặng rước lễ bao đồng. Mà bởi nhà trường ở xa, nên nó về trưa mà ăn cơm không được, bởi đó mỗi bữa mẹ cho con một miếng bánh và một đồng xu nhỏ dể mà mua đồ ăn với bánh. Nó lấy tiền mẹ cho, song nó chẳng mua đồ gì mà ăn với bánh; ăn bánh không mà thôi. Tới về nhà nó lén cất tiền mẹ cho đó trong rương nhỏ của nó.

Có bữa kia, mẹ nó lục soạn rương nhỏ riêng của con, thấy nhiều tiền trỏng, thì lấy làm lạ và tưởng nó ăn cắp ở đâu mà giấu làm vậy. Mẹ mới hỏi con: « Bởi đâu mà con có tiền nhiều trong « rương con làm vậy? »

Nó mới thưa cùng mẹ thật thà rằng: « Ớ mẹ, « những tiền nầy là tiền của mẹ đã cho con hằng « ngày mà mua đồ ăn với bánh, chẳng phải tiền con « ăn cắp đâu; con có ý để dành tiền nầy đến nữa « mà thí cho ăn mày trong ngày con rước lễ bao « đồng; ngày ấy con sẽ vui mừng, song con chẳng « muốn vui mừng một mình, con muốn cho kẻ khó « khăn vui mừng với con nữa. »

Mẹ nghe con nói làm vậy hết nghi sợ con đã ăn cắp, lại vui mừng lắm, vì thấy con có ý tốt lành dường ấy mà dọn mình rước lễ vỡ lòng.

Chớ chi con trẻ có đạo lo lắng làm việc lành như trẻ nhi nữ nầy, nhứt là khi dọn mình chịu ơn rất trọng, là rước lễ bao đồng.

§. 59 — KẺ CÓ LÒNG TỐT ĐẶNG THƯỞNG.

Một con trai kia nên 15 tuổi, bỏ nhà cha mẹ mà theo giúp ông linh mục lo về đạo binh. Thầy cả thấy con trẻ có trí sáng mới dạy dỗ và cho làm lính, sau thì đặng làm quan; khi người còn làm lính thì đã hay cha mẹ qua đời rồi, nên người chẳng trở về quê, một ở lại trong thành Marseille.

Khỏi ít năm, người nhớ quê nhà, bèn trở về mà thăm bà con cô bác. Song người muốn thử lòng những bà con, thì người ăn mặc hèn hạ như kẻ ăn mày, khó khăn, rách rưới, đến nhà ông xã, nói mình muốn thử bà con, nên dặn ông xã làng ấy đừng tỏ ý mình ra cùng ai hết.

Vậy ông xã đưa người đến nhà người bà con giàu có, cùng nhắc gốc tích, tên, tuổi quan ấy cho nhà giàu nầy có phải là người họ hàng với chăng. Song những người nhà nầy thấy người ăn mặc hèn hạ thì hổ ngươi, nên từ chối chẳng biết người là ai.

Quan ấy làm thinh mà lui về, xin ông xã

đem mình đến người bà con khác khó khăn
nghèo nàn. Khi mới vào nhà, thì những người
nhà nghèo nầy liền nhìn biết, chẳng đợi nhắc
gốc tích, và mừng rỡ thết đãi theo sức mình
vui vẽ lắm, cùng nài xin ở lại nhà mình ít ngày
chớ vội đi làm chi.

Khỏi ba ngày, có xe ông xã chở các đồ đạc của
quan về nhà nầy. Đến ngày chúa nhựt, người
mặc áo quan mà đi xem lễ. Mọi người trong làng
thấy người đi chung cùng những người bà con
khó khăn nầy, thì lấy làm lạ; mà khi nghe cớ sự làm
vậy, thì khen lòng tốt mấy người khó khăn nầy, đã
nhìn biết và tiếp rước người. Còn những người
nhà giàu có kia thấy vậy, thì lấy làm hổ ngươi
mất cỡ lắm.

Ông quan nầy chẳng có vợ con, nên ở với nhà
bà con khó khăn luôn, và chia của cải cùng lương
lộc của mình khi còn sống; lại khi gần chết thì trối
các của cải mình hết cho nhà khó khăn tử tế nầy.

§. 60 — KẺ THÔNG BIẾT MỚI NÊN NÓI.

Thầy cả kia đi xe chung ngồi gần hai ông quan
binh; hai quan ấy là người lạc đạo, nên có ý
nói chuyện về sự đạo bậy bạ, mà làm sỉ nhục cho
thầy cả nầy.

Thầy cả nghe vậy làm thinh, để cho hai quan
nói gì thì nói đã sức. Vậy hai quan thấy thầy cả
chẳng cãi lại lời gì, thì cười không nói gì nữa.

Thầy cả mới khì sự muốn nói chuyện cùng hai
quan về việc nghề võ, binh lính, tập luyện. Tuy

người cũng thông hiểu khá về chuyện lính tráng binh khí, song người muốn nói lộn lạo, ngược xuôi, tầm bậy tầm bạ.

Hai quan khi nghe thấy cả nói lộn lạo về việc binh lính làm vậy, mới cười rộ lên, và nói nhạo rằng: « Thật ông không biết chuyện binh tướng « gì hết, mà nói vậy làm sao đặng. »

Thầy cả cãi lẽ lại rằng: « À vậy thì chớ; khi nãy tôi « nghe hai quan nói cùng nhau về sự trong đạo, thì « tôi đoán làm vậy; hai quan nói tầm bậy tầm bạ về « sự đạo làm chi, vì hai quan cũng chẳng biết đạo « cho rõ, thì nói làm sao đặng. » Hai quan nầy nghe vậy hiểu lẽ, mất cỡ làm thinh.

Có lời tục ngữ: Biết thì thốt, không biết thì dựa cột mà nghe.

§. 61 — TRUYỆN CON TRẺ HIẾU THẢO.

Thằng nhỏ kia, cha mẹ nó nghèo nàn, đã chịu khó mà nuôi dưỡng nó từ bé đến lớn, khi nó nên 13 tuổi thì cha mẹ dợ nó, cho nó đi tập làm việc đồ mà giúp cha mẹ ngày sau.

Chủ con trẻ ấy thấy nó siêng thì ban đầu thưởng một tuần năm tiền. Con trẻ trung tính đem tiền ấy về cho mẹ; mẹ thấy con có hiếu làm vậy thì động lòng thương con, đưa lại cho con một tiền rưỡi mỗi tuần mà mua đồ chơi mặc ý con.

Đã lâu ngày mẹ đưa cho nó một tiền rưỡi làm vậy, song le nó chẳng hề mua đồ gì chơi hay là đồ ăn, nên mẹ không biết nó để dành tiền ấy mà làm gì.

Chẳng khỏi bao lâu đến ngày sanh nhựt mẹ nó, thì nó tính mua một cái khăn ngũ sắc đờn bà quen dùng, nó có ý dưng cho mẹ nó; song nó tính lại tiền nó để dành không đủ mà mua, còn thiếu năm tiền nữa, nên nó buồn bực khóc lóc, vì làm sự đã dốc lòng làm mà chẳng đặng. Tình cờ có một người thấy nó khóc lóc buồn bực làm vậy, mới hỏi nó rằng: « Làm sao mà mầy khóc? » Đầu hết con trẻ ấy lấy làm mất cỡ không muốn nói; song người tử tế nầy thấy con trẻ bộ thật thà, thì hỏi riết nó cho biết vì cớ nào vậy, sau thì nó mới nói thật tự sự cho người ấy nghe, là nó thiếu năm tiền mua một cái khăn mà dưng cho mẹ.

Người tử tế nầy thấy con trẻ có lòng hiếu thảo tốt lành dường ấy, thì động lòng thương xót, mới cho nó năm tiền. Con trẻ rất vui mừng, cám ơn người cho tiền, rồi đi mua khăn tức thì, đem dưng cho mẹ mà mừng ngày sanh nhựt.

Mẹ nó vui mừng lấy của lễ con dưng và thương con hơn khi trước.

Chớ chi kẻ làm con cái bắt chước trẻ nầy, mà tỏ lòng trả thảo cùng cha mẹ mình.

§. 62 — CON TRẺ TIẾT KIỆM.

Thằng nhỏ kia nghèo nàn mua đồ vật hèn mà rao bán dạo cùng đàng cho người ta mua, nó thấy nhà kia đủ hội người ta đang đánh cờ bạc, nó mới tính vô đó, họa may có ai mua đồ gì của nó bán đó chăng, song chẳng thấy ai mua gì hết, vì người ta những mê đánh cờ bạc mà thôi. Nó thấy bạc người ta chung dùa trắng trên bàn, thì vào xem mới nói giờm rằng: cha chả, bạc nhiều quá, chớ chi mình được chừng hai đồng bạc mà thôi, thì mua đồ khá hơn mà bán thì sẽ đặng giàu có.

Bà chủ nhà nghe nó nói vậy, và thấy nó nghèo nàn thì lấy làm thương, liền lấy hai đồng bạc cho nó, cùng chúc cho nó làm ăn nông nổi như ý nó ước ao.

Thằng nhỏ được hai đồng bạc thì mừng rỡ, và cám ơn bà tử tế ấy; rồi lo đi mua thêm mà bán. Vậy nó có vốn khá hơn, nên buôn bán lời nhiều hơn khi trước bội phần, chẳng khỏi bao lâu được nhiều bạc thì nổi nghề buôn bán lớn.

Cách mười năm người trẻ nầy cởi ngựa đến nhà bà đã làm ơn cho mình bạc thuở trước, lại có xe cộ chở đồ hàng bán theo sau. Khi vào tới cửa thì hỏi người trong nhà có muốn mua hàng hóa gì không? Người ta nói không mua gì hết; liền nó xin vô thăm bà chủ nhà. Khi mới vào bà bá hộ nầy lấy làm bợ ngợ không biết chú đó là ai lạ.

Người trẻ buôn bán tay ôm một gói (vóc) gấm rất quí đưa cho bả; mà chưa kịp nói gì, bả là nói trước: Tôi nói không có mua giống vải gì hết, mà chú còn đem vô đây làm chi.

Nó trả lời rằng: Tôi thưa bà, tôi không phải bán cho bà, song dưng cho bà vóc gấm nầy mà thôi.

Bà bá hộ càng lấy làm lạ từ chối chẳng lấy. Người trẻ buôn bán liền rằng: «Mừng kính bà «đặng sức khỏe, bà có nhớ khi xưa cách mười «năm nay,thì có một thằng nhỏ nghèo nàn bán dạo «ngoài đàng, thấy người ta đánh cờ bạc thì vô «mà coi,rồi thì nó ước ao chớ chi được hai đồng «bạc mà mua đồ bán lẻ tế lời thì sẽ được giàu có. «Người ấy là tôi chúc. Xin bà hãy khứn lấy «xấp gấm nầy tôi dưng cho bà,mà nhớ ơn bà đã «làm ơn cho tôi thuở trước đó. »

Vậy bà bá hộ chịu lấy xấp gấm, và lấy làm vui mừng cùng khen người trai nầy đã lâu năm, lại cũng ở xa xuôi mà hãy còn lo tìm đến đền ơn cho kẻ làm ơn cho mình thuở trước.

§. 63 — TRUYỆN THẦY THUỐC KIA.

Có ông thầy thuốc danh sư đã chữa bịnh cho thằng nhỏ con bà góa giàu có kia đau nặng; khi con trẻ nầy đã được mạnh thật, khỏi sợ chết nữa, thì mẹ lấy làm vui mừng lắm, nên đến nhà thầy thuốc mà tỏ ra mình rất vui mừng, và biết ơn thầy thuốc lắm. Bà góa nầy đem một dây thêu ngũ sắc xinh tốt, trong dây ấy có để 5000 quan tiền giấy bạc; vậy bà ấy mới nói với ông thầy thuốc rằng: «Tôi vui mừng lắm, «vì nay thằng con tôi nó đã mạnh thật rồi, vì ơn «ấy thầy làm cho tôi rất vui mừng, xin thầy khứn «chịu lấy cái dây nầy là của tay tôi làm, »

Thầy thuốc nghe vậy mới lắc đầu mà nói rằng:
« A, việc thầy thuốc và thuốc men rất hay dường
« ấy, thì chẳng phải trả lại đồ dấu tích được,
« những đồ nầy là cho những kẻ thiết nghĩa mình
« mà thôi. Tiền bạc trả đáy mới phải. »

Bà góa nghe vậy lấy làm cực lòng và hỏi thầy
thuốc rằng: « Vậy chớ thầy đòi bao nhiêu? »

Thầy thuốc: « Hai ngàn quan, bà chớ lấy làm
« quá. »

Vậy bà góa nầy liền mở dãy theu ra lấy 4 cái
giấy là 2000 mà đưa cho thầy thuốc; còn lại 3000
quan trong dãy, thì dậy lại rồi xá kiếu thầy mà về.

Bấy giờ thầy thuốc mới biết rõ thì mất cỡ và
tiếc lắm.

Hỡ dạo thầy thuốc trước là cho thuốc chữa bịnh
người ta cho lành đã, sau mới lo đến tiền bạc
mà chớ.

§. 64 — TRUYỆN QUAN TƯỚNG DE SAXE.

Quan tướng de Saxe muốn mời các quan ăn tiệc
một bữa, khi mới khởi việc tập binh hội.

Vậy ít tháng trước quan tướng sai một người
chủ sự đầu bếp đi qua thành Pha-ri mà kiếm mua
vài ba cân đậu Petits-pois, cấm đừng có nói cùng
ai hết. Mua về, quan tướng mới dạy làm một cái
dàn mà trồng gần bếp, vì mùa lạnh trồng cây cỗi
không được, cây gì khi đó đều chết hay là rụn lá
hết, có cây trồng dặng là chỗ nào nóng như gần
bếp lửa, mà có được cũng rất khó, xong rồi mười

được một là may, cho nên khi đậu quan tướng trồng đây xong rồi thì đặng lắm.

Đến bữa quan tướng mời các quan ăn tiệc, thì quan tướng dặn người chủ sự đầu bếp lo nấu món đậu cho ngon, mà đừng cho ai hay, nấu xong rồi cất một chỗ nào cho tử tế, đến bữa ăn khi nào quan đòi sẽ bưng ra, quan có ý cho các quan lấy làm lạ vì đậu trái mùa không ai có.

Khi các quan ăn món thịt rồi, thì qua món thứ hai là món rau đậu, ăn theo phép là ăn một hai món thịt rồi phải có một món gì không phải là thịt.

Quan tướng mới kêu người chủ sự đầu bếp: « Bưng món đậu đi.» Chủ sự đầu bếp liền: « Bẩm, « dạ, mà ra mặt không. »

Quan lớn lật đật liền rằng: « Biểu đem món đậu « đi; mà bẩm dạ, gì? »

Người chủ sự đầu bếp nầy, khi ấy xanh mặt, bộ sợ hãi quá, nói không ra tiếng, thì quan càng nóng và lấy làm lạ, mới nói một lần nữa rằng: « Bây giờ phải đem món đậu đó có nghe không? » Người nầy liền bẩm rằng: « Bẩm quan lớn, món « đậu đó tôi cất trong tủ, quan lớn dặn không nên « nói cho ai biết, bởi đó thằng nhỏ phụ đầu bếp, « nó thấy có ít quá tưởng là món đồ dư, nên nó ăn « hết trọi. »

Quan lớn khi ấy bộ tức giận liền nói: « Thằng « khốn nạn, đem nó ra đây! »

Khi thằng nhỏ ra thì sợ hãi, chết đứng không dám nói gì mà chữa mình! Các quan ai nấy đều tưởng nó sẽ bị phạt nặng chẳng sai. Ai dò khi

ấy quan tướng ép mình nhịn nhục mà cười cùng
hỏi nó diệu dàng rằng: « Chớ đậu đó, mầy ăn có
« lấy làm ngon không? »

Tướng nhỏ: « Bẩm ông lớn, ngon lắm. »

Quan lớn: « Ái hay a, rót cho nó một ly rượu vì
« nó ăn mà chưa có uống. »

Các quan nội tiệc liền vỗ tay, và ngợi khen quan
tướng có lòng nhịn nhục mạnh mẽ, dường như
các quan mừng quan tướng mới thắng một trận
vịnh hiển, là thắng tính nóng giận tự nhiên mọi
người đều có, khi gặp chuyện làm vậy.

§ 65—TRUYỆN MỘT NGƯỜI TỘI ĐƯỢC THA KHỎI TÙ.

Ông hoàng Ossuna đi thăm nhà tù kia, người có
ý muốn tha một ít kẻ khốn nạn phải giam cầm tại
đó. Người hỏi mỗi tội nhơn hết thảy vì tội gì mà
phải bị ở tù như vậy.

Mấy người tội nhơn nầy, ai ai cũng đều
chữa mình nói là bị oan, hay là có lỗi nhẹ mà
làm ra tội nặng. Song có một người trai kia ông
hoàng hỏi sau hết mà rằng: « Còn chú nầy, coi bộ
« tử tế, mà làm sao cũng bị ở tù nữa? » Người tội
nhơn than thở và trả lời thật thà rằng: « Bẩm đức
« ông, tôi xưng thật cùng đức ông chẳng dám sai:
« là có một ngày kia, trong nhà túng quá, không
« có tiền mà mua ăn, bởi đó cực chẳng đã tôi phải
« liều mạng mà đi ăn trộm, kẻo phải dói! Lạy đức
« ông, xin thẩm xét! » Ông hoàng liền mỉn cười và

nói lẫy với mấy người tội nhơn khác rằng: « A,
« vậy mấy là đứa xấu không xứng đáng ở với mấy
« người tử tế nầy, hãy đi ra khỏi đây lập tức.»

Ông hoàng nầy có thói quen hay đi thăm kẻ tù
rạc mà tha chúng nó; song chuyến nầy người tha
có một người tù trai nầy, vì có lòng thật thà với
người mà thôi.

Có lời ví rằng : « Thật thà gọi rằng: Cha dại,
ông dại mà gẫm lại khôn.

§. 66— ÔNG CHRISTOPHE COLOMB
VÀ CÁI TRỨNG GÀ.

Ngày kia ông Christophe Colomb ăn tiệc cùng
các quan Hi-pha-nho; các quan nầy nói chuyện kia
chuyện nọ, mà có ý ganh gỗ cùng chê bai người là
kẻ tìm đặng Phương Thể giái mới, chẳng khó gì, mà
thiên hạ trưng trọng dường ấy. Song người chẳng
cãi lại lời gì, để mặc các quan nói sao thì nói. Khi
các quan nói xong rồi, người mới biểu người ta đem
cho người một cái trứng gà; rồi người hỏi đố các
quan rằng: « Các ông có biết làm cách nào mà để
cái trứng gà đứng như vậy trên bàn được không?»
Các quan mỗi người đều lấy trứng gà dựng đứng
trên bàn thử, kiếm các cách cũng vô ích, không
biết ăn ý làm sao. Ông Christophe Colomb liền
lấy cái trứng gà đập xuống một dấu trên bàn một
cái, thì dấu trứng gà giẹp xuống một chút, liền
đứng sửng, đoạn nói rằng : « Các quan coi đó
« không khó gì, mà sao các quan làm không được;
« cũng một lẽ ấy, tìm Phương Thể giái mới cũng

« vậy, trước không dỗ dàu, xong rồi ai cũng nói dễ
« thì phải. »

Các qnan nghe vậy thua lẽ, mất cờ làm thinh.

§. 67 — TRUYỆN ÔNG THÁNH CARÔLÔ BÔRÔMÈÔ GIÁM MỤC.

Có một lần kia ông thánh Ca-rô-lô Bô-rô-mê-ô Car-di-na-lê Giám mục đi viếng các họ địa phận, người để các cha và những thầy theo hầu ở lại họ kia; Đức cha biểu một người cũng ở họ đó, mà đem đàng cho người đi viếng các họ nhỏ nghèo nàn, quê mùa, rẫy bái. Người đi một mình với kẻ đem đàng một dỗi xa, thì phải qua cái suối kia, mới mưa nên nước dầy tràn. Túng thế kẻ đem đàng phải cõng Đức Cha; tới giữa lòng lạch, rồi sụp làm té Đức Cha xuống nước; nó liền sợ bỏ người mà lội lên chạy trốn đi.

Khi Đức Cha bị ở giữa suối một mình túng ngặt làm vậy, phần áo chức người nặng nề, phải ướt hết, vậy người mới kiếm chỗ cạn mà lội lên bờ.

Vừa khi Đức Cha lên bờ thì thấy kẻ đem đàng bất nhơn nầy xa xa, liền kêu nó đứng lại, thì nó sợ chẳng dám đi nữa; khi người đến giáp mặt nó thì người mỉn cười, lấy tiền cầm trong tay mà nói cùng nó cách hiền lành rằng: « Ở con, chớ « sợ, nầy tiền cho con, mà làm cho con khỏi sợ. »

Ấy các thánh có lòng hiền lành, nhịn nhục là thể nào!

§. 68 — Truyện Gioang và Maria
là hai anh em.

Xưa bên Tây có một lái buồn sang qua nước Thiên trước mà buôn bán; khỏi hai ba năm người tính về quê nhà, người cùng vợ và hai con nhỏ, thằng con trai tên là Gioang nên 4 tuổi, con gái tên là Maria nên 3 tuổi.

Khi tàu lui về được chừng nửa dàng, thì phải bị bão dữ tợn, người hoa tiêu nói với ông lái không có phương thế nào cho khỏi hiểm nghèo đặng lại gió rất mạnh, thì tàu sẽ bị tấp vô cù lao bể chẳng sai. Người lái buồn vô phước nầy biết chắc sẽ bị chìm hay là phải đụn vô cù lao như lời hoa tiêu mới nói đó chẳng sai. Vậy người chẳng còn lo bể tàu mất của gì nữa, một lo phương mà cứu vợ con, thì người lấy một tấm ván lớn mà cột vợ cùng hai đứa con trên tấm ván ấy, người cũng có ý cột mình luôn theo một tấm ván đó. Mà ôi! vô phước, bởi người mắc lo cột ba mẹ con cho chặt; kẻo khi chìm tàu phải sút dứt đi chăng, nên không kịp mà cột mình được, vì tàu phải đụn vô một hòn đá, bể hai chìm ngấm, nên lái buồn, hoa tiêu cùng những người bạn tàu đều té xuống biển hết, còn ba mẹ con nhờ tấm ván như một chiếc ghe nhỏ, trôi vô cù lao kia, thì ba mẹ con mở dây mà lên cù lao đó.

Trước hết ba mẹ con lên trên bờ, thì quì gối mà cám ơn Chúa đã cứu mình khỏi chết đuối dưới biển; song đờn bà nầy lấy làm buồn bực vì chồng là một người rất tử tế phải mất, vậy mấy mẹ con ngó xung quanh cù lao chẳng thấy nhà cửa gì, tinh những cây rậm rì rậm rịt, thì tưởng mấy mẹ con sẽ chết đói hay là sẽ bị loài vật dữ ăn thịt. Song người phú dàng trong tay Chúa, vậy mấy mẹ con dắc nhau đi một hồi, thấy những cây có nhiều trái, thì hái mà ăn với con, rồi thì mẹ con đi cùng, kiếm khắp tứ phía chẳng thấy một cái nhà hay là một cái chòi nào hết. Một rồi thì mẹ con chun vô chỗ làm cây rậm kia, gặp một cây rất lớn có bộng, thì ba mẹ con vô cái bộng cây ấy mà nghỉ ban đêm. Đến sáng thì mẹ con lại dắc nhau đi táo tác, song chẳng thấy một ai, thấy những chim cùng ở nó và nhiều loài vật khác, song chẳng làm hại gì cho mấy mẹ con nầy. Vậy người lượm những trứng chim và hái trái trăng mà cầm thực cùng nuôi hai dứa con. Đồ ăn cho đặng sống ngày nọ qua tháng kia là hai vật ấy mà thôi; song người hằng bằng lòng vưng theo thánh ý Chúa, chẳng hề năn nỉ. Người còn giữ trong mình hai cuốn sách, là sách đọc kinh và sách Êvang, thì người lấy mà dạy hai dứa con cho biết đọc chữ trong hai cuốn, ấy và dạy dỗ chúng nó cho biết đạo thánh Đ. C. T.

Một hai khi thằng con trai hỏi mẹ rằng: « Nè « má, nào tía ở đâu bây giờ? Làm sao mà mình bỏ « nhà cửa mà đến ở chi cù lao nầy: sao tía chẳng « đến mà kiếm má cùng em và con?» Mẹ nghe con hỏi vậy, bắt động lòng tấm tức, nước mắt chảy ròng ròng mà nói rằng: « Ớ con, cha chúng con đã « về trên thiên đàng rồi; song le chúng con có một « cha khác là Đ. C. T. Người ở đây, dầu con không

« thấy, ấy Người đã gởi cho ta những trứng chim
« và trái trăng cho ta ăn kẻo chết đói, cùng lo lắng
« cho ta mọi sự, nên ta phải kính mến Người hết
lòng, và thờ phượng người cho tận lực.

Khi hai con trẻ nầy biết đọc sách, thì lấy làm vui
mừng quá mà đọc đi lại hằng ngày; lại bởi hai đứa
có trí sáng và siêng năng nên mau thuộc biết, cùng
hằng nghe lời mẹ dạy dỗ mọi bề.

Khỏi hai năm mẹ nó xoang bịnh nặng, và biết mình
hòng lìa khỏi thế, phải bỏ lại hai con rất yêu dấu
mồ côi tất tưởi, con còn thơ bé không ai lo lắng;
đêm ngày những nghe tiếng chim kêu vượn hú,
thì làm cho lòng mẹ nầy phải buồn sầu thảm thiết
là thể nào! Song bởi lòng người rất sốt sắng tin,
cậy, kính mến Chúa, nên phú dâng theo thánh ý
Người, mà an ủi mình cho giảm phiền một chút. Hết
sức rồi người nằm dựa trên bộng cây, kêu hai con
lại gần mà trối dối lời trước khi chết: « Ở hai con
« rất yêu dấu ơi! mẹ hòng chết, chúng con chẳng
« còn mẹ nữa! chúng con hãy nhớ, dầu chẳng có
« ai ở với chúng con, song Chúa xem thấy mọi việc
« chúng con làm, chúng con chớ bỏ đọc kinh ban
« hôm ban mai khi nào. » Rồi day mặt lại con trai
dấu lòng mà nói rằng: « Ở Gioang con ơi! con hãy
« lo lắng cho em Maria con; con chớ rầy và đánh em
« làm chi; con lớn hơn, có sức mạnh hơn, thì con
« hãy đi kiếm trứng chim và trái trăng mà ăn với
« nhau. » Mẹ còn muốn nói với con út một hai lời,
song chẳng còn sức nữa; liền ôm lấy hai con, phú
linh hồn trong tay Chúa mà sinh thì.

Hai đứa nhỏ mồ côi cô độc nầy chẳng động lòng thương mẹ gì hơn, vì chẳng biết chết là đi gì, thấy mẹ xu xị nhắm mắt thì tưởng là mẹ ngủ, nên làm thinh sợ làm rầy mẹ ngủ chẳng đặng chăng, thì hai anh em để mẹ nằm đó băng an mà dắc nhau đi kiếm tứng chim và trái cây mà ăn. Khi đó mặt trời hòng chen lặng, thì hai anh em trở về nằm ngủ bên mẹ cho đến sáng. Mặt trời đã rựng mọc mới kêu thức mẹ dậy như mọi khi, song mẹ chẳng nói gì, nắm tay chơn kéo, thấy cứng dơ, thì buồn bực quá, sợ hoặc mẹ có giận cái gì chăng, nên hai anh em than thở cùng xin mẹ tha lỗi, đừng giận nữa. Làm hết sức cho mẹ dậy hay là nói gì cùng con, song thấy mẹ làm thinh mãi. Hai anh em đói thì đi kiếm ăn, tới cũng về chỗ mẹ nằm chết mà ngủ. Chẳng khỏi bao lâu xác ấy rục nên giòi ăn lút nhút, có bữa kia sáng ngày con Maria mới thức dậy, đến thăm xác, coi mẹ nói gì chăng, tức thì nó la lên kêu anh: « Ớ anh Gioang, coi, sâu nó ăn « thịt má dữ quá nầy, anh hãy lại dây với em mà « bắt nó. » Song le xác ấy bây giờ hôi thúi lắm chịu không được, thì hai anh em mới bỏ mẹ đó, mà đi kiếm cây có bóng khác mà ở.

Hai con trẻ tốt lành nầy hằng ghi nhớ những lời mẹ dạy dỗ, cho nên chẳng hề khi nào bỏ đọc kinh ban hôm ban mai, hai đứa hay coi sách, nên đã nằm lòng mọi lời trong sách, và năng đọc kinh thì chẳng khỏi bao lâu thuộc lòng mấy kinh thường đọc hết. Đọc kinh coi sách rồi, thì hai anh em dắc nhau đi dạo chơi; khi đi mệt rồi thì ngồi trên cỏ mà nói chuyện, thằng Gioang mới nói với con Maria rằng:

« Anh nhớ, khi mình còn nhỏ xíu, thấy mình ở xứ
« kia, có nhiều nhà, người ta đông quá, ăn uống
« sung sướng, đầy tớ thiếu gì, lại mình cũng có
«nhiều áo quần tốt, mà không biết thế sao tía bỏ
« nhà mà đi tàu, thì mình bị cột vào tấm ván ở dưới
«biển, rồi sao tía đi đâu mất, còn má sao bị sâu ăn
«thịt hết.» Con Maria nói lại cùng anh rằng: «Sự ấy
« cũng kì thiệt, mà biết sao; Chúa định như vậy,
« anh biết lắm chớ, là Chúa có phép tắc vô cùng. »

Gioang và Maria ở trong cù lao nầy được 11 năm,
ăn những trứng chim và trái cây mà sống. Có một
ngày kia hai anh em ngồi chơi trên bãi biển, thì
thấy một chiếc ghe, có nhiều người đen thui, tính
ghé vô chỗ bãi cù lao nầy. Con Maria thấy mấy
người đen đó thì sợ muốn trốn, song thằng Gioang
không cho mà nói với em rằng: «Ta hãy ở lại đây,
« đừng sợ, em không biết có Chúa ở cùng ta luôn
« sao? nên Người có cho chúng nó làm gì dữ hại
« ta được đâu. » Khi mấy người mọi ghé ghe
lên bờ, thì chúng nó thấy hai con trẻ sao khác hình
tướng chúng nó lắm, thì lấy làm lạ mới hỏi, song
vô ích vì hai anh em không hiểu; thằng Gioang
mới làm dấu mà đem các mọi đến chỗ mẹ nó chết,
đến đó thì thấy tinh xương không mà thôi; Gioang
mới nói công chuyện mẹ nó đã chết cho mấy mọi
đó nghe, mà chúng nó không hiểu gì, vậy chúng
nó ra dấu mà biểu hai anh em xuống ghe. Gioang
tính nhóm chơn đi, Maria níu anh lại mà nói: « Tôi
« không dám đi, sợ mấy người đen đó quá. »
Gioang biểu em phải đi mà rằng: « Đừng sợ, cha
« mình thuở trước cũng có nhiều đầy tớ đen thui

« như mấy người nầy, mà có khi cha mình sai
« chúng nó đến rước mình chăng. » Maria nghe
vậy trông cậy vui mừng một chút mới chịu đi.

Vậy mấy người mọi đó mới lui ghe trảy đi về
sóc chúng nó, cũng là chỗ vua chúng nó ở đó
nữa. Khi chúng nó về đến nơi thì đem hai anh
em nầy dưng cho vua Vua mọi nầy thấy
Maria trắng trẻo lịch sự thì phải lòng, và năng
nắm tay Maria cùng tỏ lòng thương yêu lắm; song
Maria chẳng biết nó có ý trái, thì không tỏ dấu gì
chẳng bằng lòng, một muốn lo chăm chỉ mà học
tiếng mọi với vua đó mà thôi. Và lại Maria không
khi nào dám rời anh ra một chút, Gioang cũng
chẳng hề bỏ em mà đi đâu một mình, vì tư bề
những dân mọi rợ không dám tin cậy chúng nó,
bởi đó cho nên vua mọi chẳng dám làm gì tới
Maria cách trái phép. Lâu lâu thì hai anh em học
biết hiểu tiếng mọi khá khá, cùng thấy cách ăn
thói ở chúng nó, là năng đi đánh giặc cùng các
sóc khác, và bắt người ta đem về tế lễ cho bụt
chúng nó là một con khỉ dột xấu xa, rồi thì cũng
ăn thịt cúng đó nữa. Hai anh em nầy dầu ở giữa
dân mọi quái gở làm vậy, thì cũng chẳng bỏ việc
bổn phận mình là đọc kinh xem sách.

Vua mọi một ngày một thương Maria cách
trái lẽ; bấy giờ nó mới tỏ ý nó ra cho Gioang mà
lấy em. Maria nghe chuyện vậy tỏ mặt buồn mà
nói cùng anh tiếng nước mình rằng: « Ớ anh, em
« thà chết chẳng thà lấy vua mọi nầy. » Gioang
mới nói thử rằng: « Phải, em không muốn nó vì

« nó đen điều lắm. » Maria nói rằng: « Chẳng
« phải như vậy mà thôi đâu anh, lại nó cũng dữ
« tợn, giết người, ăn thịt nướng máu người ta,
« ngày tới chúng nó những thờ lạy con khỉ đột,
« chẳng biết một D. C. T. như trong sách chúng
« ta dạy. »

Gioang mới tính nói với em rằng: « Thôi, bây
« giờ tính giết con khỉ đột đó rảnh, kẻo để chúng
« nó thờ quấy vậy làm chi. » Maria đáp lại rằng:
« Phải, giết được thì anh giết nó đi, trong sách
« ta cũng có nói rằng: D. C. T. hằng nhậm lời ta
« xin sự gì phải lẽ cùng đẹp lòng Chúa. » Gioang
mới biểu: « Ta hãy quì gối xuống mà cầu nguyện
chút. » Tức thì cả hai liền quì xuống mà nguyện
rằng: « Lạy Chúa, nếu đẹp lòng Chúa thì xin Chúa
« cho chúng tôi giết con khỉ nầy đi, cho những
« người mọi biết Chúa mà thờ phượng. » Đang
khi anh em còn quì gối đó thì nghe tiếng la
lối om sòm; hai anh em mới đứng dậy mà hỏi thăm
người ta la lối gì đó, song chẳng ai trả lời lại, vì
chúng nó lo sợ cho bụt khỉ nó, không biết sao khỉ
đó gãy một bắp chơn, la lối nhảy qua nhảy lại
trên cây đau đớn lắm, hòng muốn chết, thì các mọi
hết sức lo lắng, mà nhứt là tụi mọi sãi đồ lo việc
tế lễ. Khi ấy chúng nó giận dữ hai anh em vì
chắc là hai anh em giết khỉ đó, chớ thuở nay
không ai dám động tới hoa giờ. Hai anh em dầu
không giác mặt lòng, song không lo sợ mà chơi,
một vui mừng vì Chúa đã nhậm lời mình xin, cho
nên cho con khỉ đó phải té hay là mắc làm sao mà
gãy chơn làm vậy không biết. Chẳng khỏi bao lâu

con khỉ đó té xuống chết ngắt. Vậy mấy mọi sãi nầy đều cáo hai anh em cùng vua chúng nó rằng: « Lạy vua, xin vua phạt hai đứa trắng nầy, vì chúng « nó cả gan giết bụt chết đi; chúng nó thờ Chúa « riêng chúng nó mà khinh dễ ta mọi bề. » Vậy vua mới phán: « Hãy đi kiếm bụt khỉ lớn khác thế khỉ chết đó, rồi bắt hai đứa trắng nầy chầu mà tế lễ bụt mới ấy. Con trắng nầy về làm hoàng hậu, « nếu chúng nó chẳng vưng thì đốt sống, và đốt « sách chúng nó đi nữa.

Các mọi nghe vậy vội vã kiếm một con khỉ khác rất lớn, rồi chúng nó giết người ta mà cúng tế con khỉ ấy, bắt hai anh em đứng gần đó, mà hai anh em khinh dễ chẳng thèm cúi lạy như chúng nó, thì chúng nó mới sần si ép hai anh em lạy. Song dầu con Maria cũng chẳng sợ gì, lại nói với quân mọi đó cách mạnh mẽ rằng: « Nếu « chúng tôi giết được con khỉ chúa các người « thờ đó, ắt thật chúng tôi có phép hơn nó, có lẽ « nào chúng tôi đi thờ lạy nó chẳng dại lắm sao ? « Bởi đó chúng tôi chẳng thèm thờ quấy vậy khi « nào. Chúng tôi thờ một Chúa có phép tắc vô « cùng, dựng nên mọi loài mọi vật, chẳng ai giết « chúng tôi được, dầu một sợi tóc trên đầu thì « bởi thánh ý Người định mà thôi. » Khi quân mọi nầy nghe Maria nói vậy thì giận dữ lắm, liền bắt hai anh em trói vào hai cây cột tính sẽ đốt sống. Đang khi chúng nó lo kiếm củi lửa cho nhiều mà đốt, thì những sóc mọi khác vô số đến cù lao nầy mà đánh phá tan tác, thì những mọi nầy lo đi cự địch cùng mọi đó; song bởi mọi nầy ít hơn cùng yếu và dở, nên phải thua chạy trốn đi hết.

Các mọi thắng trận nầy thấy hai con trẻ trắng tốt, bị trói trong cột làm vậy thì mở ra; chúng nó đem về mà dưng cho vua chúng nó đặng làm đầy tớ giúp việc vua. Khi hai anh em về cùng sốc mọi nầy, thì lo làm việc giúp vua mọi nầy tận tâm kiệt lực, nên vua mọi lấy làm bằng lòng lắm. Hai anh em từ sáng đến tối thì lo lăng siêng; năng làm việc, cùng hằng nói khó an ủi nhau rằng : « Ta hãy làm tôi chủ nhà cách trung tính bởi « lòng kính mến Chúa, vì trong sách ta dạy như « vậy.

Nhưng mà những sốc mọi nầy cũng hay đi đánh giặc như các sốc mọi khác, chúng nó cũng hay bắt người ta mà ăn thịt. Có một ngày kia chúng nó đi bắt người ta đem về sốc nó đó vô số, trong những kẻ bị bắt thì có một người đờn ông trắng tốt, song chúng nó thấy người trắng nầy không được mập thì chẳng ăn thịt gấp, chúng nó mới cầm trong một cái chòi riêng, lại giao phú cho Maria lo nuôi cho mập đặng sau mà ăn thịt. Khi Maria thấy người đờn ông trắng nầy, thì lấy làm lạ sao trắng trẻo giống mình thì thương xót, cùng lo lắng cho người cách tử tế mọi bề. Có một lần kia Maria nghĩ thương người đờn ông nầy, vì chẳng khỏi bao lâu nữa sẽ bị quân mọi ăn thịt, thì động lòng chảy nước mắt, cùng nhìn xem người cách buồn bực mà than thở cầu xin rằng : « Ở Chúa tôi, ở Chúa tôi, xin Chúa

« hãy thương xót người đờn ông nầy, sao người
« nầy cũng trắng như ấy.» Maria cầu nguyện
những lời nầy lớn tiếng, vì tưởng người đờn ông
nầy không hiểu tiếng mình. Ai dè khi người nầy
nghe thấy con gái trắng tốt, nết na hiền lành lại
cầu xin cho mình làm vậy thì cũng lấy làm lạ mới
hỏi rằng: « Ai đã dạy cô cho biết tiếng langsa và
«biết một Chúa thật làm vậy?»Maria nghe hỏi vậy,
lấy làm bợ ngợ cùng trả lời rằng : « Tôi chẳng
«biết tiếng tôi nói đó là tiếng gì,song tiếng tôi nói
«đó là tiếng mẹ tôi đã dạy tôi hồi tôi còn nhỏ.Bằng
« về Đ. C. T. thì chúng tôi có hai cuốn sách nói về
« sự ấy,và chúng tôi hằng cầu xin cùng Người mọi
« ngày. » Khi người đờn ông nghe mấy lời nầy
thì giơ tay cùng ngửa mặt lên trời mà rằng:
« Cha, trời ơi! có lẽ... Rồi mới hỏi rằng: « Vậy
«ở con, sách đâu đưa cho chú coi thử.» Maria
rằng: « Sách đó không có đây, để tôi kiếm anh tôi
« vì anh tôi giữ. » Tức thì Maria đi kiếm anh và
thuật lại tự sự cho anh nghe; anh liền đi theo
em và đem sách cho người đờn ông nầy coi, thì
người mở ra mà coi thấy trên đầu tựa sách để
tên như vầy: *Cuốn sách nầy là của Gioang Mau-
ri-ci-ô*.Khi coi vừa rồi người liền bỏ sách ấy mà la
lên rằng: « Ớ hai con rất yêu dấu, làm sao mà
« cha lại gặp được chúng con bây giờ. » Liền ôm
ấy hai con mà khóc; giây lâu mới hỏi rằng: «Chớ
« nào mẹ các con đâu, các con có được nói tin về
« mẹ làm sao chăng ? Gioang mới nói cùng cha
rằng: « Chuyện mẹ chúng con đó khoan nói đã,
«sau con sẽ nói cho cha rõ. Vậy từ bị tàu chìm

« đó thì chúng con hằng nhớ mà hỏi thăm cha.
« mãi. Mẹ chúng con nói cha bị té xuống biển
« không có lẽ sống, mà sao cha còn sống bây giờ?
« Bấy lâu nay cha ở đâu. » Cha nói rằng: « Khi
« đó tàu gần chìm thì cha lo cột mẹ và hai con
« vào tấm ván, song cha tính cột cha luôn tấm ván
« đó mà không kịp, nên cha phải té xuống biển,
« mà may cha gặp được một tấm ván, nên cha
« vịnh tấm ván ấy; lâu lâu thì gió thổi tấp vào cù
« lao kia, thì cha lên được mới khỏi chết, cha
« tưởng mẹ con chết rồi. Vậy chuyện mẹ chúng
« con làm sao, chúng con hãy nói cho cha nghe
« bây giờ. » Khi đó Gioang mới thuật lại mọi sự,
từ khi ba mẹ con bị trôi theo tấm ván mà lên ở cù
lao, ăn gì mà sống và mẹ chết làm sao. Khi người
lái buôn nầy nghe sự vợ mình chết cách tất
tưởi dường ấy liền khóc. Gioang cùng Maria
cũng nhớ mẹ mà khóc ròng ròng! Vậy cha con
nói chuyện được chừng một buổi, thì có một tên
mọi vô chòi nầy mà thăm coi người đờn ông trắng
nầy đã mập đủ chưa, vì tới ngày chúng nó định
mà ăn thịt. Maria biết thằng mọi đó vô có ý muốn
giết cha mà ăn thịt, mới nói với anh rằng:
« Ớ anh Gioang ơi! thằng mọi đó nó tính giết cha
« mà ăn thịt, liệu sao anh? » Gioang tính phá
xuyền nó cột cha đó, rồi thì ba cha con tính đi trốn
trong rừng. Song cha cản rằng: « Cha thà bị nó
« giết, chẳng thà cả ba phải chết đói. » Maria mới
nói cùng cha rằng: « Ớ cha, để con lo; bây giờ con
« có phương thế mà cứu cha khỏi chết chắc. »
 Khi Maria vừa nói những lời nầy rồi, thì chạy

đến cùng vua mọi đó mà sấp mình dưới chơn vua cùng xin rằng: « Lạy vua, tôi muốn xin vua một « đều... vua có được hứa mà cho đến tôi sẽ xin « chăng? » Vua mọi mới phán rằng: « Được, « tao sẽ cho, vì tao bằng lòng lắm, bởi mầy làm « việc siêng năng tử tế. » Maria lại rằng: « Vậy vua « có biết người trắng kia vua đã phú cho tôi nuôi « dưỡng, người ấy là cha tôi và cha anh tôi; vua đã « định ăn thịt cha tôi, song cha tôi còn ốm lắm, cho « nên ăn thịt không ngon, tôi còn trẻ và mập đủ, « tôi xin chịu ăn thịt thế cha tôi, vậy tôi xin vua « cho tôi sống tám ngày nữa, đặng tôi ở cùng cha « tôi, vì tôi mới nhìn được cha tôi chưa đặng bao « lâu. » Vua mọi nầy nghe vậy thì động lòng thương xót mà nói rằng: « Thật mầy là một đứa « con gái tốt lành là dường nào, tao chẳng nỡ làm « thịt, vì mầy bấy lâu nay làm việc cho tao giỏi « dắn tử tế dường ấy. Vậy tao tha cho ba cha con « khỏi làm thịt và khỏi làm tôi tớ nữa; khi nào có « ghe người ta đến dày mua mọi tao đã bắt đó, « thì tao sẽ cho ba cha con bay có giang theo ghe « đó mà về bằng an. »

Maria nghe vua nói vậy thì mừng rỡ quá, liền cám ơn vua, và trong lòng cũng thầm thỉ mà cám ơn Chúa hết lòng.

Kẻ ít ngày có tàu Hi-pha-nho đến cù lao nầy mà mua mọi, thì vua mọi nầy cho phép ba cha con có giang theo tàu mà về quê mình. Vậy chúa tàu và các bạn tàu đều vui mừng lãnh ba cha con mà đem về trình cùng quan nguyên soái Hi-pha-nho. Khi quan lớn nghe thuật lại chuyện người lái

buôn nầy cùng vợ con phải khốn cực làm vậy;
lại quan thấy hai anh em đã bị cực khổ, dám
sương dải nắng, từ bé đến lớn, hơn mấy năm
trường trong xứ Man-di mọi rợ mà còn tốt lành
lịch sự, tử tế dường ấy, thì ngợi khen thánh ý
Chúa khôn ngoan, phù hộ cho kẻ có lòng tin, cậy,
kính mến Người là thể nào.

Vậy ba cha con quan lớn óp phải ở trong nước
Hi-pha-nho cùng mluh, và giúp việc trong đền
người, ít lâu thì cha con cũng dược lam kẻ cả
trong xứ nầy.

§. 69— VỀ BAO TỬ VÀ PHẦN THÂN THỂ.

Thuở xưa các phần thân thể giận cái bao tử lắm,
mà rằng: — Thật nó làm biếng quá; nó chẳng
thèm làm việc gì sốt; còn ta thì phải lo làm việc
gầu trối chết mà nuôi nó. Thôi, ta để một mình
nó, coi thử nó làm thể nào: khi ấy nó sẽ biết nó
dặng sung sướng làm vậy là tại ta mà ra. — Ấy
vậy các phần thân thể đã thuận một ý cùng nhau,
mà chống nghịch cái bao tử, hai chơn chẳng còn
muốn đi, hai tay chẳng thèm làm việc gì; miệng
thì chẳng muốn hả ra cho dặng chịu đồ ăn uống
vào; răng cũng chẳng muốn nhai đồ ăn gì sốt.

Vậy thì cái bụng đã phải cực khổ lắm; vì không
ai giúp đỡ, cho nên phải chịu đói khát.

Mà lần lần thì cả và thân thể cùng gân cốt đều ra
mòn hao rũ liệt chẳng còn sức gì nữa; bụng thì

Phỏng hóa điều hành 9

trống chẳng có chứa của ăn, cho nên thông ta trong cả và xác không đặng. Chừng các phần thân thể mới hiểu, cái bao tử không phải là đồ vô dụng, nếu chẳng có cái bụng mà chứa của ăn, thì chơn, tay, miệng, mũi, cùng cả và thân thể sẽ chẳng còn sức khoẻ đặng nữa. Vậy khi nó rõ biết rồi, thì sau mới làm hòa cùng nhau.

Truyện nầy dạy ta ở đời, phải ở hòa thuận mà giúp đỡ nhau; như kẻ sang trọng giàu có phải tư trợ những kẻ khó khăn trong khi thốn thiếu; kẻ khó khăn hèn hạ cũng phải sẵn lòng mà giúp đỡ kẻ sang trọng giàu có trong cơn túng ngặt: nếu hai bên mà thiếu một, ắt là cả hai sẽ phải chịu cực chẳng sai. Có lời tục ngữ rằng: *Bánh sáp đi bánh chì lại.*

§. 70 —VỀ HOA HỒNG, CÂY NHO VÀ GIÉ LÚA.

Trong các thứ hoa, thì nghe người ta thường khen hoa hồng là tốt hơn các hoa khác hết thảy; bởi đó thì nó sinh lòng kiêu căn phô trương, muốn cho người ta lấy mình làm quí hơn cái gié lúa, mà rằng: « Hỡi anh yêu dấu, bông hoa anh người ta « chẳng gọi là quí báu gì hết, vì xem nó khác chi « như một bụi rác dính trên gié anh; tuy rằng: « D. C. T. đã ban ơn trọng cho anh, vì anh cho « người ta bột quí mà làm bánh ăn. » —Cây nho « rằng: « Tôi cũng sinh trái quí quá chừng, cho « người ta ép làm rượu uống. » Hoa hồng lại « rằng: « Phải mà Chúa ban cho cây lúa và cây nho

« sinh bông hoa đẹp như bông hoa tôi dày, thì
« cây lúa và cây nho sẽ đặng nổi danh vinh hiển
« hơn cây hoa hồng tôi chẳng sai ! »

Gié lúa. rằng: « Ớ chị, trái cây nào quí báu
« hơn? Tuy chị đã sinh đặng hoa tốt thơm tho
« mặc lòng, song người ta cũng khen chị là
« bao nhiêu, vì trái bởi bông hoa chị mà ra, thì
« là trái xấu xa vô dụng.»

Vậy hễ ai muốn người ta khen, thì phải ra sức
mà giúp đỡ người ta.

§. — 71 NHỮNG LOÀI CÓ HÌNH XẤU THƯỜNG NÓ CŨNG CÓ TÍNH XẤU.

Có một con trẻ nói cùng một ông già rằng:
« Dám xin thưa ông đều nầy: Nhơn sao ở đời có
« nhiều loài có hình xấu xa quái dị lắm, như
« con cóc, con nhện, con bò cạp, thì là vì lẽ nào? »

Ông già trả lời rằng: « Ớ con! loài nào hay làm
« hại thường tự nhiên có hình xấu, và nó hay
« ẩn mình trong hang, nó chẳng quen ra mặt
« ban ngày, trừ ra ban đêm mà thôi.

« Ấy là ơn thánh Chúa giúp cho người ta ở
« bằng an, cho dễ làm ăn ban ngày. Tự nhiên
« cây ở xấu cũng có hình xấu, cho người ta biết
« không dám dùng. Ớ con, hãy giữ lòng con
« sạch sẽ, thì con sẽ có hình dạng mặt mũi xinh
« tốt luôn. »

Nhưng mà kẻ có lòng xấu xa thường cũng ra
hèn mặt, vì những tính xấu bề trong làm cho hình

bề ngoài cũng hư đi nữa. — Có lời ví rằng: *Có trong lòng thì mới thông ngoài miệng.*

Lại cũng có lời tục ngữ rằng: *Lụa tốt xem biên người hiền xem tướng.*

§. 72—VỀ CON CHÓ VÀ CON MÈO.

Thế thường hay nói: *Hai đứa ăn ở cùng nhau như chó với mèo vậy;* nghĩa là chẳng có hòa thuận cùng nhau chút nào. Song nhiều lần cũng thấy chó mèo thuở còn nhỏ, thì hay làm quen cùng nhau mà ở hòa thuận.

Tính con chó và con mèo, thì khác xa nhau lắm; con chó vốn có tính thật thà và hay giúp việc trong nhà; con mèo là giống quỉ quái hay giả hình, nó những kiếm phần lợi cho mình, xem ra nó yêu riêng mình quá thới; mà con chó thì hay muốn đẹp lòng người ta, hay ra sức làm đều nọ việc kia, tỏ ra mình sẵn lòng giúp dở chủ mình.

Tuy dầu có tính khác nhau mặc lòng, song hễ ai muốn ở hòa thuận cùng nhau cho nhằm lẽ, thì phải nhịn nhục nhau, cùng phải tha cho nhau trong mọi khi lầm lỗi; dầu là những người mình chẳng ưa, thì ta cũng phải lo hết sức cho đặng ở hòa thuận cùng nó.

Nếu mà thượng hòa hạ mục, ấy là ơn rất trọng cho ta đặng dễ ở đời cùng nhau; bởi đó ta phải sẵn lòng chịu khó nhiều đều, thì ta mới đặng vui vẻ khoái lạc trong lòng thật mà chớ.

§. 73 — VÈ CON LỪA VÀ ỐNG SÁO.

Có một con lừa kia, ngó thấy đứa chăn dê đang thổi ống sáo, nó lấy làm lạ quá; ngó xem một lát rồi chê rằng:— Thổi mà làm ích gì vậy cà? Rán sức mà thổi vào trong lỗ đó, cho đến đỗi đỏ mặt tía tai, chẳng phải là việc khó lắm sao? Như con nít nó thổi chơi cho ra ò e như vậy, thì còn dễ chịu. Song kẻ râu xanh mép làm vậy, mà còn tốn ngày giờ ở không nhưng mà làm cách ấy, thì ai chịu được!—

Chẳng khỏi bao lâu, lừa ấy khi ăn cỏ, nó gặp ống sáo dưới cỏ; coi cái ống ấy một giây, nó mới đổ cái lỗ mũi mình áp vào ống ấy, nó thổi hết sức; may đâu kêu ra một tiếng! Nó mừng quá chừng, nhảy nhót cho đến đỗi nhào đầu xuống, mà rằng: « Tôi cũng là người biết thổi quyển sáo lắm! Có thua ai ở đâu? »

Ấy kẻ hay nói pháo thì bất tài, lại khi thấy ai làm đặng điều gì mà mình làm chẳng đặng, thì trề nhún chê bai. Hễ việc gì mình làm đặng, thì khen hết sức, lại kêu người ta khen nữa mới bằng lòng.

§. 74 — VÈ CON ĐOM ĐOM.

Ở trong cái bụi kia, có hai con sâu thuộc biết nhau lắm cũng là bạn cố tri. Một con thì lạ lắm, mình nó ban đêm thì sáng ra, người ta kêu nó là đom đóm. Còn con sâu kia cũng như các con sâu thường thường, tên là con sâu thấy chùa. Vậy con đờm đờm thấy mình sáng ánh chói lòa ra, thì có bụng mảng, cũng có hơi khoe mình một ít, lại chê sâu thấy chùa kia là bạn thiết nghĩa trong lòng, cũng nói rằng: « Tôi thương hại cho anh lắm; vì « thấy cái đầu anh trọc lóc trắng toát như vậy. Chớ « chi anh có xác trắng tốt lành như tôi thì cũng « khá. »

Nói làm vậy là bởi nó thương hại, mà thật là bởi nó sinh lòng kiêu ngạo nữa. Nhưng mà khi nó rán sức mà làm cho mình chói ra khác thường, thì có ít đứa con nít kia ở xa xa thấy đờm đờm, ham lắm chạy đến bắt chơi; một chặp thì đờm đờm ấy phải chết.

Kẻ nào làm bộ cao sang cùng giả mình là kẻ sang trọng, mà vốn thật hèn mạt, thì thường phải hiểm nghèo. Ai ăn ở theo phận mình thường thường thì dễ ở lại đặng bằng yên.

§. 75 — CHUYỆN CON CHÓ SÓI CÙNG CHIÊN CON.

Có một con chiên con khát nước đến suối kia mà uống; chó sói nọ đói bụng đi kiếm ăn, tình cờ tới đó gặp con chiên con, tính kiếm cớ mà ăn thịt, mới nói hơi cộc rằng: « Thằng kia, sao mi dám « xuống mà phá nước tao uống cho đục đi? Để « chừng mấy lên đây sẽ hay. »

Chiên con nghe vậy thì mới đáp lại rằng: « Lạy « ông, xin ông diện vậy cùng xét lại cho tôi nhờ:

« Ông uống trên tôi cách đôi ba chục bước, bởi
« vậy hễ ông uống rồi nó chảy xuống, tôi mới
« uống, thì lẽ nào mà tôi phá nước đục được? »

Chó sói nghe con chiên nói êm làm vậy, lẽ thì
phải dung con chiên đi, mà không; nó biết con
chiên vô lỗi, nên mới nói thế khác mà rằng: « Vậy
« mà mấy làm đục đó; tao lại cũng nghe mấy dể
« ngươi tao lắm: Năm ngoái dây mấy chưởi tao,
« mà đều chưa dẫn việc tao làm tho? »

Con chiên rằng: « Thiệt tội nghiệp quá! năm
« ngoái đà có tôi ở đâu ông, tôi bây giờ những
« còn bú mà! »

Chó sói : « Không phải mấy, vậy thì anh chị
« mấy cũng là đó. »

Con chiên : « Tôi có anh chị nào nữa ở đâu ông.»

Chó sói : « Bằng không thì cũng đứa nào trong
« phồn bay đó chớ không ai, tao biết sấp bay,
« mấy thằng chăn bay, mấy con chó theo bay,
« không vì tao là bao nhiêu, bây giờ tao phải
« oán cừu mà thôi. » Vừa nói vừa bắt con chiên
mà giết tươi, kéo tuốt vô trong rừng mà ních thịt.

Ai nấy cũng hiểu chuyện nầy, mà dầu vậy,
cũng hiếm chi kẻ lòng sâu dạ hiểm như con thú
dữ nầy.

Cậy mình quờn quới giàu sang,
Hiếp người khờ dại khó khăn nhưng là.

CỜ BẠC NHA PHIỂN.

VỀ CỜ BẠC.

Con người ta sống ở đời là ở giữa chiến trường, những tài đấu tranh với nhau luôn luôn như cuộc cờ vậy. Mà nhân vì người ta có xác có hồn nên có hai cách tranh đấu, là đấu tài đấu lực, tranh trí tranh xảo. Lâu trong việc ăn ở thù tạc cùng nhau, cho đến cuộc chơi bời cũng sinh ra đều đấu tranh cho biết ai hơn ai thua, ai khéo ai vụng: nên hay đố thách, đặt đàn, ăn giải ăn cuộc.

Cuộc chơi cho vui bày ra biết là mấy thứ? Mà bởi chơi hoài mấy thứ ấy thì nó nhàm nó lờn đi, lại sự hay tranh đấu nó càng ngày càng lớn hơn, thì lại bày ra nhiều cuộc chơi lươn lẹo, xảo quyệt. (*Coi trong sách Tứ tài tử, và cuộc con nít kẻ lớn chơi.*)

§. 1 — Vì cớ gì ?

Vì sao mà người ta mê đánh cờ đánh bạc? Là vì hay *tranh giành.* Tranh là tranh tài tranh lợi. Tranh tài là đua hay đua giỏi cho biết ai hơn ai thua. Tranh lợi là giành tiền giành của cho biết ai giàu ai nghèo. Mà vì ý làm sao mà tánh người lại hay tranh làm vậy? Tranh tài là vì tánh kiêu ngạo, tranh lợi là vì lòng tham.

Tánh người ta ai cũng có chí khí, nên hay tưởng mình là hơn người ta, không ai bằng, không ai sánh kịp; nên xưng tài hay tài giỏi: cái chi cũng muốn hơn cả, không chịu thua chịu sút ai hết. Ấy là tánh kiêu ngạo. Kiêu ngạo nghĩa là gì? *Kiêu* nghĩa là mình lấy mình làm cao (kiêu) hơn người ta: *ngạo* nghĩa là mình khinh khi kẻ khác dường như chẳng bằng mình.

Phải chi nghĩ lại một chút rằng: *nhơn vô thập toàn*, hay giỏi thể nào thì bất quá biết một chớ chẳng biết hết trọn mười; lại rằng: *nhơn nhơn các hữu kì tài*, ai cũng có một cái sở trường nấy hết. Nghĩ như vậy thì còn gì mà lấy mình làm cao, còn gì mà ngạo chúng?

Tham là tham hơn tham lấn tham trổi kẻ khác. Lại còn có tham lợi nữa, là muốn cho người ta thua cho được mình lấy của.

Lại hồ khi bày ra mà chơi mà đánh cái gì có ăn tiền, ăn giải ăn cuộc thì mê thì ham, bỏ hết mọi sự chăm có một cuộc đánh đó mà thôi. Vì sao vậy? Vì lòng tham: thấy dễ ăn dễ thua, mau được của, mau mất của. Đặt ra chúng ăn chúng đùa đi, tiếc đặt nữa mà gỡ, gỡ được thì càng ham, đặt to (lớn) hơn mà giữa mà hớt cho mau. Rủi thua đi một hai cái, nổi nóng đặt đại đi mà gỡ cho mau, ấy là tiếc của mình mà lại tham của người.

§. 2 — ĐÁNH BÀI ĐÁNH BẠC LÀ TỐT HAY LÀ XẤU.

Bài bạc vốn bày ra mà chơi cho vui một chốc kẻo ở không những vô ích, làm như cái đồ mà nghỉ việc cho khuây lảng một giây một lát, thì vốn là một điều vô tội, vô can thật. Mà chẳng những là điều vô tội vô can mà lại điều vốn tốt đi nữa. Ôi! nó cũng trở nên có tội, có can hệ, lại ra xấu nữa, là bởi vì quá độ đi! Có mấy người chơi mà chơi cho vui, cho khuây một giây một lát, khi nào cần kíp lắm phải chơi? Biết là bao nhiêu người lấy cuộc chơi làm cuộc lợi?

Bởi vậy cho nên sự hay *đánh bài đánh bạc* chẳng phải là tốt đâu, vì nó kéo người ta đi xa lắm, phạm nhiều tội nhiều lỗi; làm hư làm hại kẻ chẳng xiết.

Hay đánh bài đánh bạc là sự xấu lắm, xấu mọi bề, mà nhứt là xấu vì những cớ và những tội trái lẽ trái phép sẽ kể sơ qua sau nầy:

CỚ.

1° *Vì gương xấu.* — Mình ngồi mà chơi, dầu mình là sang hay là hèn, dầu mình là giàu hay là nghèo thì cũng làm gương xấu cho anh em bạn tác trang lứa ngang vai với mình là một; cho con đàn em vai dưới mình là hai; ba nữa là mình làm cho kẻ lớn hơn mình chẳng ưa chẳng cậy chẳng chuộng mình nữa.

Anh em bạn tác trang lứa với mình, thấy mình chơi thì bắt chước mà chơi theo lỡ ra (lần) mắc nợ mắc nần người ta phải vay bợ mượn chác, phải cầm phải cố đồ đạc đi, thì hại cho nó biết là bao nhiêu?

Con đàn em, kẻ vai dưới mình là con cháu mình là em út mình, là tôi tớ mình, là gia nhân tử đệ mình, cùng là con nít con trẻ lối xóm quanh quất, nó thấy mình ngồi vô sòng chơi nó lấy làm điều phải, làm lịch sự, làm vui, làm tốt, nó quen lánh nết nó đi; lớn lên đỡ nó khỏi noi gương bắt chước mình mà kiếm bài kiếm bạc mà chơi, bỏ công ăn việc làm, bỏ học bỏ hành, lại thêm làm nợ làm nần, nghèo khổ đói rách.... ấy tại ai đó? không phải tại mình làm gương cho nó sao? Chẳng những nó bắt chước mà thôi, nó lại phản bì rằng: anh tôi, cha tôi, mẹ tôi, chị tôi, chú tôi, thầy tôi đánh đó thì làm sao?

Kẻ lớn hơn mình thấy mình hay cờ bạc, mê bài, mê me, mê cầm tác, đêm ngày sòng sã những chơi những đánh mãi, thì nó bắt hết ưa hết chuộng, không còn lòng tin cậy mình nữa, có chuyện gì muốn kêu muốn dùng thì giợt mình nói: nó là quân cờ bạc không tin cậy nó đặng. Như thế thì chẳng phải là xấu sao?

2° *Vì nhẹ thể mình đi.* — Sức ngồi chơi với kẻ trang lứa đồng bậc đồng hàng với mình kia còn chẳng tốt thay, huống chi là mình ngồi vô đám cờ bạc, trong ấy biết là mấy thứ mấy hạng mấy bậc người ngồi chơi, mình xen vào với bọn ấy thì danh giá gì ? Mình có chức có phận, bằng chẳng nữa thì có tuổi có tác mà chen vào xỏ bổ với kẻ chẳng xứng đáng, hoặc chẳng bằng tuổi mình, bằng con bằng cháu mình, thì người ta coi mình ra giống gì ? mình cầm mình là giống gì ? đâu là thể diện ? đâu là phân cách ?

NHỮNG TỘI TRÁI LỄ TRÁI PHÉP.

Cờ bạc sanh ra nhiều đều tội lỗi gian ngược. Nó làm cho người ta phạm phép công bình trong bốn điều kể ra sau nầy.

1° Đánh lận, ăn gian. — Vì lòng tham muốn ăn của người ta, thì sanh ra lòng gian tham bỏ phép công bình mà dùng mưu kia chước nọ cho đặng làm cho người ta thua mình; hoặc không giữ theo phép theo lệ đánh thường, hoặc vò ra tiền bả, hoặc làm dấu bài, phi bài vò bài; hoặc đếm gian, đặt vỉ bội .... Khi đánh với nhau thì chỉ tranh hay dở khéo vụng, tốt xấu, may nhờ rủi chịu, sao lại đem bụng xẳng mà tìm cách nọ thế kia mà lận mạt cho được lấy của người ta thì không phải là trái phép sao?

2° Ép uốn, rủ ren. — Như ai ra sức rủ ren ép uốn kẻ khác chơi, khi người ta không muốn chơi, thì người ấy có tội; ăn của người ta không dứt, vì là của ép của nài, ra như bóp họng người ta mà lấy của, thì của ấy là của trái phép, chẳng lẽ mà ăn, phải trả lại cho người ta, ăn thì có tội.

3° Mình đi đánh với kẻ chẳng có tiền bạc cùng là kẻ chẳng có phép mà có tiền có bạc, như con nít con trẻ còn ở dưới phép cha mẹ, kẻ chưa tới tuổi thành nhơn không phép lấy riêng lấy tư của cha mẹ, như vợ không có phép lấy của chung, tuy là của chồng cũng vợ mặc lòng, mà chơi bời vô ích mà chẳng có chồng ưng cho, thì mình mắc lỗi vì ăn của chẳng nên, vì chẳng phải là của nó bởi nó chẳng có phép dùng tự ý. Tỏ ra mình dỗ nó mà ăn tiền nó, ấy chẳng là hèn lắm sao? ấy chẳng là trái phép lắm sao?

4° Còn khi mình thua, hoặc làm cách nọ cách kia, chơi cãi nói thế nói thần cho khỏi chung khỏi trả, hoặc mắc chịu, cầm (thế) đổ, chịu miệng ra sòng sẽ trả, mà cù nhây, cù lơ cù trợt không lo trả, thì mình phạm phép công bình mắc tội chớ phải chơi đâu. Vì khi ngồi lại mà chơi thì trong mấy người ngồi chơi đã có giao với nhau phải chơi cho thiệt thà đừng gian lận; ai ăn thì dùa, ai thua thì chung, chẳng nên thất ngôn thất tín với nhau, ấy là sự giao sự ước, nếu vì ước thì mắc lỗi, thì có tội.

§. 3 — LỢI HAY LÀ HẠI?

Có khi có kẻ nghĩ rằng: *may mà tốt tay mà ăn được ít chén ít bàn thì mau giàu lắm; chẳng phải mấy năm mấy tháng mà được của nhiều làm vậy, lại cũng không khó nhọc gì cho lắm.* Nói làm vậy sao chẳng nghĩ: *Hễ bạo phát thì bạo tàn;* mau được mau mất, vào dễ thì ra cũng dễ; nào có lợi gì mà kêu rằng *lợi?* Mới dùa được một cái đó, mắng chưa vừa hết mắng, xảy dầu nó lại thua phải ra tiền mà chung, nhăn mặt nhăn mày, đau lòng xót dạ, mắng đó, sợ đó, vui đó, buồn đó. Cù cưa như vậy một lút, xèn đi, kẻ ăn được thì mắng, kẻ lưng túi, hoặc ráo túi thì buồn châu bạu châu bọ, căm căm giận, trông gây sòng lại có gỡ thua. Lo sợ, mắng rầu, cười khóc nó liền với nhau, nó liền tiếp với nhau; nào vui sướng gì đó? Nào lợi lộc chi đâu mà phải lo sợ phập phồng trong bụng như vậy?

Lại từ xưa tới nay, nào ai có thấy ai đánh cờ đánh bạc mà làm giàu bao giờ hay chưa? Ăn đó rồi thua đó, rọt đồng hồ lại tay không cũng hãy còn tay không. Hoặc có một hai người dày, có khi cũng hưởng cái may mà ăn được một hai khi, một ít lâu, mà lâu ấy là mấy hồi? Nghĩa là giả như có người dày trí, đánh bài đánh bạc may ăn được một hai trăm thì thời đi làm dày, lấy đó sắm quần sắm áo, đồng hồ vàng, xe ngựa.... Lâu lâu ngứa tay gặp dịp lại đánh nữa, lần nầy hết hên, thua ráo túi, phải cầm áo cơ quần, bán đồng hồ, bán xe bán ngựa mà trả. Hoặc chẳng lo kịp, chạy không ra, chúng tới chúng xiết đồ ấy đi. Xấu hổ buồn rầu, chúng chê chúng cười.... Nào thấy lợi ở đâu mà hòng kêu rằng *lợi!*

Vậy cái lợi thì là chẳng có lợi rồi, mà cái hại, mọ ôi! biết kể sao cùng?

Bây giờ phải xét qua coi thử nó hại là hại làm sao? hại điều gì, hại mấy cách?

Nó hại mình *là một*, hại của mình *là hai*, hại vợ

con mình *là ba.*

1o *Nó hại mình* nghĩa là nó hại hai thế: 1o hại trí (chí) mình; 2o hại xác mình.

Hại trí (chí).—Những tư tưởng nghĩ về việc lợi hại hay dở, ăn thua, thì đêm ngày nó bắt lo bắt nhớ đến mãi; bỏ hết mọi sự, bỏ lo việc nhà việc cửa, bỏ lo học lo hành; sách vở đề mốc meo, nhà cửa đề xếch xác; giường chiếu đề không đó, đi ngồi nhà người ta mà chơi; ăn uống thất thường lấy rồi lấy có, lua sơ ba miếng đặng có đi đánh; đêm thì thức đêm nào đêm nấy sáng đêm ăn thua. Nào kẻ gì nhà cửa vợ con, cha mẹ, bà con cô bác? Nào lo chi việc đến sau? Nghèo giàu sướng cực, khoẻ bệnh làm sao cũng chẳng nghĩ chẳng lo đến. Liều mạng tới đâu hay đó? Vậy sao gọi là người chí khí? Chẳng những vậy mà lại liều mình mất danh mất tiếng, dầu làm giống gì, chúng cũng kêu là thằng cờ bạc, là quân chặt đầu lột da, là bợm bài bạc. Nào danh giá chi đi ngồi xó lỗ xóm lỏm giữa những kẻ ngu phu mà chơi? Dầu tốt phước mà được khá có của cải có quờn chức đi nữa, thì cũng đã mang cái tiếng *bợm cờ bạc.*

Trong đời có chi trọng chi quí cho bằng danh? Mà danh chẳng có thì ra gì? Danh là danh thơm tiếng tốt mới là quí, chớ chẳng phải là danh nhơ tiếng xấu là hèn là mạt đâu; nó lại xấu lây đến cha đến mẹ đến bà đến con nữa.

Hại xác mình. — Những tính phương tính thế giựt của người ta, đêm ngày cứ lo có bấy nhiêu mà thôi, thì bỏ ăn bỏ uống, mất ngủ mất nghể, thất thường, hình tích ra ốm o gầy mòn, hoặc quá đi nó sanh bệnh sanh hoạn. Hoặc làm nợ lớn, phải bỏ nhà bỏ cửa, bỏ xứ bỏ sở mà đi trốn nợ, thân sơ thất sở. Thấy chúng thì trốn lành lạch, hổ mặt không dám ra. Thân đà nên tất tưởi; ăn không ngon nằm không ngủ.

2° *Nó hại của*. Có bao nhiêu đem đút cho cờ bạc! Của làm đổ mồ hôi xót con mắt, bòn tro đãi trấu thu trữ góp nhóp được ít nhiều, nội trong giây phút nó tan đi hết cũng vì cờ vì bạc. Khi còn một chút một dính thì cũng còn khá khá, đến khi ráo túi, thì sinh làm bậy : hoặc ăn cắp ăn kiệu, hoặc cứ cầm đồ đạc; lột đến của vợ của con mà đi đánh đi gỡ. Càng gỡ càng thâm lớn. Vì nghề chơi cờ chơi bạc, kẻ có nhiều tiền nhiều bạc thì chơi mạnh mẽ, nhờ lấn hơi của tiền phấn chí nhiều khi ăn được, dặt dạn tay, ăn thì dùa hua thì chung. Mà hết của rồi, ăn chơi nữa không được, buồn chí ngã lòng thì đánh làm sao nó cũng xấu, thua dập thua dồn mãi. Phải chi biết sợ trơn xấu mà ngừng lại thì còn khá; cái nầy càng xấu càng đánh thì nó miết dài đi mãi. Sau ngã lòng, có khi thất chí mà giết mình đi nữa, ấy chẳng phải là hại sao?

Hết của mang nợ làm gì không ra một đồng, ăn trước trả sau, khi ấy mới rầu mới tiếc. Ôi thôi! sự đã rồi, biết sao bây giờ? Biết làm chừng nào cho được của ấy lại?

3° *Hại vợ con (chồng con)*. Mình xơ xải cờ bơ cờ bất chẳng nói gì: đáng tội; mình làm mình

chịu đã cam, mà còn vợ còn con thì làm sao? Vợ
rầu than hết sức, con đói khóc hết hơi! *Còn gì
mà trông? Dễ có sắm được chút nào, nó lấy nó
cầm nó bán đi hết!* Lục trong rương không còn
một đồng một trự; coi nhà coi đất, bằng khoán
nó cơ cầm đi hết, ngoài cửa nợ đòi nợ réo, trong
nhà heo kêu con khóc. Té ra mình làm cớ cho vợ
mình rầu vì ngã lòng rủn chí, sanh bệnh sanh
hoạn, mà bớt sự vui lòng lo việc nội trợ trong
nhà trong cửa; làm cho con cái cực khổ đói khát
rách rưới thất thơ thất thưởng: không ăn không
học, thua sút con người ta.

Như vợ hay mê chơi kim tác, lú, me, bài tới,
bài phụng, bài tứ sắc.... thì làm phiền cho chồng
con biết là chừng nào! Việc nhà bỏ phú, con cái
bỏ liều, lo ăn ba miếng, xách cẳng đi kiếm bài
bạc đánh. Vô sòng rồi, nào còn nghĩ gì đến chồng
đến con, đến nhà đến cửa đến vườn đến đất nữa?

§. 4—KHÔN HAY DẠI?

Xét coi đi đánh cờ đánh bạc làm vậy thì khôn
hay là dại?

Khôn đâu chẳng thấy, thấy những là dại mà
thôi.

Dầu cao dầu hay bậc nào mặc lòng, đặt ra là cờ
bạc, thì là *bài gian bạc lận* cả. Biết, thạo cho lắm
cũng chẳng khỏi chúng ăn gian ăn lận mình, cái
ấy là chắc: mình biết ăn gian người ta, người ta

dại lắm sao mà không ăn lận lại mình? Thở là nhà
chứa, là kẻ đứng cái mà hớt mà đánh cho mình
dặt, nó chung một mà ăn mười, như đánh, kim
tắc... con có một cửa ăn thua, mà cái thì còn ba
cửa. Nếu chẳng có mười phần chắc bảy tám phần
ăn thì nó có đem của nó ra nó bẹo cho mình ăn ở
dâu? Nó làm mồi mà rút lần, mà ăn thì mòn một
khi một ít, chẳng mấy thuở nhà cái thua dâu. Nó
lại còn ăn xâu ăn dầu; mình thấy xâu không có
bao nhiêu, coi thì ít vậy mà nhiều cái ít gọp lại
thành cái to cái nhiều.

Xét cho kĩ ra mà coi thì biết mình bị lận; mất
công mất linh, bỏ nhà bỏ cửa, bỏ việc bỏ vàn, bỏ
ăn bỏ uống, bỏ ngủ bỏ nghê: ngồi mỏi mê đau
lưng đau cổ, mà có ăn thì ăn là bao nhiêu? Dầu
có khi có ăn được một chút một dính thì là may?
Không đủ bỏ cái công mình ngồi chơi, cái giấc
ngủ mình bỏ... Thường rã sòng ra rồi, rờ lưng
lưng không, xóc túi túi lưng, mặt mũi chao vao,
buồn rầu hớt căn hết kiếp: tức mình, nổi nóng,
ngầm ngầm giận. Giận ai không biết. Giận ai làm
chi? Phải giận mình dại mình quê, chịu lận, thì
mới phải.

§. 5.—NƯỚC MÊ LÀ XẤU.

Mê là sa đắm, mê mẩn không lo giữ mực vừa;
vì vậy cái gì cái nấy hễ mê quá thì là xấu. Như
dờn ông mê cờ bạc thì thôi bỏ hết mọi sự, bỏ học
bỏ hành, bỏ buôn bỏ bán, không lo tới nhà tới

cửa, không nghĩ đến vợ đến con, không kẻ ăn kẻ ngủ, không sợ sương sợ nắng....

Còn như đờn bà ham bài bạc cũng vậy, việc nhà việc cửa, coi trong coi ngoài chẳng còn lo tới; nồi cơm trách cá, vò gạo thống mắm chẳng còn nhớ đến: chồng mặc chồng, con mặc con, nào hay nào biết gì tới, đêm thức một đêm tới sáng trằm lơ con mắt, ngày ngồi sòng ngồi sả một ngày tới tới. Gia đạo rời rã chẳng ra làm sao. Nhiều khi giận chưởi con mắng vợ, đánh con rầy chồng. Ấy nước mê nó đem đi xa, nó làm cho lỗi phận là chừng nào.

Vì vậy người khôn hay giữ mực trung (vừa) không dám quá, như vậy mới là quân tử, mới là trí nhơn

§. 6—LÀM LÀM SAO CHO KHỎI NƯỚC MÊ.

Muốn cho khỏi sa khỏi mê, thì cũng chẳng khó gì. Phải lập tâm phải vững chí bền lòng, phải xét tới xét lui, nhứt là phải kiếm chuyện (việc) mà làm (mần), đừng ở không nhưng, vì ở không thì hay sanh sự, bày ra cuộc chơi bời, lòng tham nó giục, ham vui nó kéo; anh em chị em chúng bạn rủ ren rù quến; cho nên hễ ai hay lo hay làm không để ở không, biết tiếc ngày tiếc giờ, buông dầm cầm chèo không để hở tay, thì còn có đâu mà đem trí về sự chơi bời vô ích, mất công mất linh, lại tốn tiền tốn bạc, tốn trí mệt xác,

§. 7—CỜ BẠC NÓ ĐEM NGƯỜI TA ĐI XA LÀ CHỪNG NÀO.

Chẳng nói chi những tích xưa nay đã lâu; xem qua đời nay bây giờ cũng có gương cho ta thấy mà kinh mà sợ!

Có một người kia con nhà giàu có sang trọng mà là con một cho đi ăn học thành tài, đến khi về nhà, cha mẹ đã mất đi rồi. Của cải bạc tiền, nhà cửa, vườn đất, ruộng nương một mình hưởng hết, sẵn hết mọi sự. Tiền bạc chẳng thiếu, nhà cửa đồ đạc nguy nga đẹp đẽ, phố phường tòa ngang dãy dọc, đồng ruộng cò bay thẳng cánh; lúa má muôn vàn đầy lẫm đầy kho. Mà ở không lại bởi sướng thì sanh sự cầu vui theo chúng bạn, mê vui cờ bạc rượu trà, chẳng mấy hồi, thua bốn năm vạn. Mới xe ngựa nhởn nhơ đó, mới ăn uống chơi bời đó, sao bây giờ lìn lịt thấy người ta thì trốn? Đi vay bợ quơ tạm chỗ nầy chỗ kia, đem về nhét miệng nợ kẻo nó đòi nó réo nó kéo nó lôi. Ngày tháng tuôn dường thoi, nó dập tới mãi, cực lắm phải bỏ xứ mà trốn đi thân sơ thất sở.

Có kẻ khác làm ăn đang hẩn hấn, mắc đánh đời đánh đọ với chúng bạn cầu vui đi chơi đi bời làm bộ người phong lưu, sợ chúng chê rít hà tiện, dại không biết ăn chơi, cũng làm gan, đút võ đánh, bắt bén ưa tay, theo theo mãi, thua ráo túi, trốn không dám về nhà. Nào đồ của mình, nào đồ của vợ của con đều đem đi tụi nợ hết.

Lại còn làm giấy vay, giấy khiếm, cầm nhà cầm
đất nữa. Cũng bởi ham vui chịu lận. Đã hết của,
lại còn mang tiếng thằng cờ bạc....

§. — 8.

Hoặc nói rằng: chơi là chơi cho vui, tội lỗi gì
đó, mà dại không chơi, uổng.

Cái chi cái nấy vốn cũng vô can không hại đó
chúc; mà ngặt *trung dung tiển hĩ!* Dầu chơi sau
thiệt, nó sinh ra thiệt hại nhiều đàng, như đã nói
trước nầy. Thì thà dừng chơi; lánh trước nó đi
thì khỏi hoạn sau.

Chơi được như vầy thì nên chơi, là khi làm việc
lâu mệt nhọc, cho được nghỉ một chút cho khoẻ,
khi ấy hoặc có anh em chị em bày ra đánh một hai
bàn cờ, một hai bàn bài cho vui kẻo ngồi không
buồn; đánh ăn chơi, hay là có ăn thua nữa thì một
chút lấy có vậy. Một giây một lát hết muốn đánh
thì lại bỏ đi, mà đi kiếm việc mà mần thì thôi có
sao mà nên nỗi hại?

Mà có mấy ai biết giữ mực? Những hay thái
quá đi hoài cho nên ra đều hư hại, cho nên ra
điều xấu. Vậy thì thà dừng thèm chơi đến thì hơn,
sau khỏi điều hậu hối,

§. — 9.

Cờ bạc ơi là cờ bạc! Mầy có ngải có thuốc chi
mà mầy rủ quến anh em qua mê theo mầy dữ

vậy ? Mày độc ác, mày yêu quái hại thiên hạ biết là chừng nào!

Kìa cửa nhà phố phường tòa ngang dãy dọc, bạc tiền vô ra như nước, ít lâu tiêu tan đi hết cũng vì mầy!

Kìa vườn đất giăng giăng, ruộng nương cò bay thẳng cánh, cớ cầm đi sang tay kẻ khác, cũng vì mầy!

Ấy quần đòi áo ba lòa lệt, chơn giày chơn dép xềnh xoàng, vòng vàng chuỗi hột, chiền chiền cả rá, mới thấy đỏ tay đó, bây giờ trần trụi xơ xải, cũng bởi vì mầy!

Ấy nát cửa hại nhà, tán gia bại sản, mang nghèo mang khổ, vợ phàn chồng rã, thân sơ thất sở cũng bởi vì mầy!

Nào danh thơm tiếng tốt, nào quờn cao lộc cả, ông kia bà nọ nhiều lần nhơ danh xấu tiếng, bị tai hại vì ai? cũng bởi vì mầy!

Nào cô sang bà lớn, nào quần là áo lượt nhởn nhơ, nón cụ quai tơ nhổng nhẻo, vòng vàng chuỗi hột đỏ tay, nó tiêu dần dần đi hết, vì ai? cũng bởi vì mầy!

Ta hãy nghe cái lời thằng cờ bạc nó than thân nó, thì biết nó ra làm sao:

Thò lò quay đất nó đã khuấy anh,
Quần áo bán hết một manh chả còn!
Gió đông non anh còn chịu được,
Gió bắc gào nó lọt vào xương,
Em có thương anh, tìm tiền chuộc áo.
Vợ có thương chồng, nấu cháo mà nuôi! ....

QUÊ PHỤ ĐỔ YÊN GIÁI.

DẪN.

Thơ nầy là thơ đời nay của Hui-Đức ở Chợ-lớn đặt ra. Mượn lời vợ ngoan thỏ thẻ nói hơn nói thua với chồng mà khuyên chồng lánh hai cái hư là Cờ bạc Hút xách đã vô ích mà lại thảm hại của tiền, tồn trí tháo sức lực, làm rầu cho vợ con phiền hà. Sa cơ nghiêng nghèo *cơ cần chi trung ất tắc cùng tư lạm hĩ;* lỗi đạo nhà, mắc phép nước mà lụy đến mình, phải tội vạ; lìa vợ bỏ con *thất thổ vong hương* cực thân khốn nạn chẳng ra gì. Nên khuyên giữ lấy thân danh cho vợ chồng con cái sum hiệp ở đời với nhau.

P.J-B. TRƯƠNG-VĨNH KÝ.

QUÈ PHỤ ĐỎ YÊN GIẢI.

———

Thiếp có nghe rằng:

Lạc bất khả cực,

Cực lạc sanh ai; (1)

Dục bất khả túng,

Dục túng thành tai; (2)

Xét trong cổ vãng kim lai, (3)

Nhiều người có biết, ít ai khỏi lầm;

Nước đầy trong bát khá cầm,

Lạ thay một mảnh dục tâm (4) khó dằn!

· Đã chen vào đám phong trần, (5)

———

(1) Nghĩa là *vui* chẳng khá cho tột, vui tột thì sanh buồn.

(2) Nghĩa là: lòng dục chẳng nên lung, mà lòng dục buông lung thì nên tai nạn.

(3) *Cổ vãng kim lai c.* = xưa qua nay lại = xét trong việc đời xưa đã qua đời cùng là việc đời nay.

(4) Sức bát nước đầy còn có lẽ cầm cho khỏi chao khỏi đổ được; mà lạ! chút cái tình dục người ta mà khó dằn cho được!

(5) *Đám phong trần* là *áng gió bụi* chỉ người ta ở đời nầy là chốn cách dày, là nơi cực khổ. *Dãi gió dầm mưa* thì kêu là phong trần. (*Mộc vô liết phong nãi vị phong trần chi lao khổ?* = Tầm mưa chải gói gọi là kiếp phong trần chưng khó nhọc).

Sắc tài tửu khí bao giăng bốn bể; (1)

Lánh bên nọ mắc bên kia,

Nhảy ra ngoài khỏi thật thì thần tiên;

Từ xưa các đẳng thánh hiền,

Noi sâu nương giá (2) lời truyền trong kinh.

Răn mình lại có bàn mình, (3)

Ấy là phương thuốc dưỡng sinh ở đời;

Muốn vui theo cuộc chơi bời,

---

(1) *Sắc tài tửu khí c.* Trai tài gái sắc, rượu trà, hút xách.

Sắc là quân dĩ diễm = gái sắc.

Tài là trai tài, chỉ người trai có tài có nghề, làm cho ra tiền.

Tửu là rượu trà ăn uống quá độ.

Khí là mùi (hơi) ngon, chỉ mê mùi mà ghiền mà hút.

(2) *Noi sâu nương giá* (= Chiến chiến căn căn như làm thâm uyên, như lý bạc băng (Kinh-thi) = Năm năm nớp nớp như tới vực sâu như noi giá mỏng) - chỉ e sợ kiêng dè sự về sau; như tới chỗ sâu sợ e sụp hụp chơn đi; như đứng trên nước đông thành giá mà mỏng, sợ e nó tan ra không biết chừng nào.

(3) *Bàn mình c.* (= Thang chi bàn minh) Đại-học) là chậu tắm vua Thang có khắc có chạm chữ đề mà răn mình rằng: *Cẩu nhựt tân, nhựt nhựt tân, hựu nhựt tân. c.*

Lời để dặn mình phải trau mình cho trong sạch luôn luôn, như khi tắm rửa vậy.

Nhắm mình rồi phải soi người làm gương.

Việc đời biết mấy muôn ngàn,

Nhắc cân lợi hại, lựa đàng an nguy; (1)

Phận hèn đâu sánh tề mi, (2)

Phải toan đồ tiệm phòng vi xin trình; (3)

Nha-phiến là thuốc hoa-lang, (4)

Bạch ô hai sắc khí hương một mùi;

Thú chơi thanh-nhã cũng vui, (5)

Nệm-nằm gối-dựa mấy hồi nghinh-ngang;

Trà thơm rượu tốt bí-bàng,

Trầu têm thuốc vấn rõ-ràng đèn chong.

Tim đuôi-chuột, móc dầu-rồng,

Xa-cừ khay cẩn, quang-đồng ống hoa; (6)

---

(1) *An nguy* c. = Nghĩa là được ở an thì phải lo nghèo.

(2) *Tề mi* nghĩa là *ngang mày*, bởi tích bà Mạnh-quang hay kính chồng, bưng cơm cho chồng thì dưng ngang mày.

(3) *Đồ tiệm phòng vi* c. = Ngăn khi mới dầu (nảy, khảy); ngừa khi việc còn nhỏ. Trong Kinh-dịch, quẻ *tiệm*, chỉ phải lo ngăn-ngừa cái hồi nó mới khi ra.

(4) *Hoa-lang* là tên kêu người Hollandais thuở xưa đời Lê đời Trịnh tới lập hảng buôn-bán tại Phố-hiến nơi tỉnh Hưng-yên. Sau người ta hay dùng tên ấy mà chỉ là người phương-tây.

(5) *Thanh nhã* c. = Trong chính. Chỉ là việc nó phải mà lại không hại đến mình.

(6) Tim tim thuốc nhỏ vót như đuôi chuột,

Phòng riêng màn gấm trướng-sa,
Một hai ông khách, năm ba chuyện trò;
　Soạn sành hộp nhỏ nồi to,
Mở rương lục tặc, bày đồ bát trân; (1)
　Cùng nhau giao mặt tréo chân,
Luận-bàn tích cổ, phàn-trần sự kim;
　Nhập thần đòi mắt lim dim,
Hồn bay lỗ ống, phách tìm đáy ly. (2)

---

móc đồ cạo nhựa có tha đầu rồng; mâm hút thì là khay cẩn xa cừ; ống hút thì là ống bao quảng đồng giả đời mồi.

(1) Hút thì cái phòng cái giường riêng, có treo màn trướng; hút thường hay quến khách đòi ba anh, nằm tréo cẳng lên đó và làm thuốc và hút và nói chuyện, bên nầy một người bên kia một người day mặt lại với nhau: còn chủ thì soạn nồi soạn hộp cái nhỏ cái lớn chưng ra đó; mở rương dài đồ hút ra, sắp bày ra đồ lúc cục chưng đầy mâm.

Lục tặc là tiếng lấy trong ngũ quan trong mình người mà chỉ cái kia cái nọ đồ lộn với nhau.

Bát trân c. = Tám mùi ngon: 1° Gan rồng. 2° Gân phụng. 3° Thỏ hàn-nằm. 4° Tay gấu. 5° Trứng chim dũ dỉ mới lộn. 6° Nhượng con heo. 7° Môi con lười-ươi. 8° Đuôi cá lý ngư (-cá gáy).

(2) Khi hút nó vào, hai con mắt lim-dim như chết, hồn thì bay phất phơ nơi lỗ ống như khói đó vậy; còn phách thì tìm xuống dưới đáy ly đèn, như khi chết phách giáng vu địa vậy.

Liền nhau kể tháng luôn ngày,
Khói quen hơi mũi, nhựa dày lá gan; (1)
   Ngày đêm thức nhấp khác thường,
Bịnh ghiền rày đã vương mang bên mình;
   Tướng bày mỏi giọt da xanh,
Hết xưng tay quí, đã trình mặt vua; (2)
   Ai ngờ chút lửa đèn hoa,
Đốt lên dầu đất dầu nhà cũng tan; (3)
   Ai ngờ chút ống tre tàn,
Thổi ra trâu ruộng một đoàn cũng bay; (4)
   Tiền hoa thêm lại mình gầy,
No chi tới vợ béo gì tới con?
   E khi của hết tật còn, (5)

---

(1) Hút liền ngày nầy qua ngày kia, tháng nầy qua tháng kia, thì mũi nó quen khói quen hơi nha-phiến; còn nhựa nó vô đóng dày nơi lá gan nữa.

(2) Chỉ nghĩa là bây giờ mang vương lấy chứng ghiền rồi, thì ra xanh xao vỏ vàng, mỏi thì giọt, da thì mét, hết đánh phách khoe mình khôn quí, không ai ví cho bằng, hết khoe mình giỏi tài, như kẻ nói đặng: *ma bắt coi mặt người ta nữa.*

(3) Ngọn đèn một chút xiểu khi nó đốt lên, thì nào đất vườn nào nhà cửa gì nó cũng tiêu tan đi cả.

(4) Cái ống hút là cái ống tre có một chút béo; nó nhỏ vậy mà hơi nó thổi thì trâu ruộng cũng bay đi cả đoàn hết.

(5) Nghĩa là hút đánh bạc hết của cải cửa

Trăm năm biết có vuông tròn cùng chăng;
Đạo trời bĩ thới không chừng, (1)
Đem mình dài các, ra thân phong trần. (2)
   Việc người mắt thấy đã từng,
Những phong lưu ấy xin đừng là hay.
   Giỡn tiên kể đến sự nầy,
Những người cờ bạc là tay hoang đàng. (3)
   Rủ nhau hiệp lũ vầy đoàn,
Khai sòng đổ hột, lập bàn cờ gi;
   Ngủ chư Thiên cảo giống kì,
Chỗ thì xày vỡ, chỗ thì hốt me;
   Sẵn nơi tiền mướn bạc thuê, (4)
Ham bề lợi trước; quên bề hại sau;
   Anh em đua cuộc dinh du, (5)

---

nhà đi rồi; mà tật ghiền chứng mê nó hãy còn lại,
không bỏ được mới khốn cho chớ.

(1) Bĩ thới (=xấu tốt, lành dữ, thạnh suy),
Là việc Trời khiến không có chừng đặng.

(2) Mình khi trước tử tế, sung sướng, sang
giàu, mà phải ra cực khổ, khó nghèo, khốn cực.

(3) Người hay đánh bạc, tục hay kêu là giỡn
tiên. *Hoang đàng* nguyên là tiếng chữ chỉ nghĩa
là mênh mông bồng lồng không có gốc; tiếng tục
lại dùng chỉ là người bỏ việc bổn phận mình mà
đám sa mê say chứng nọ chứng kia, ra như người
lỏng khơi, lênh đênh giữa đàng.

(4) Sẵn có quân cho mướn cho vay, đánh
thua thiếu bao nhiêu nó chồm vô cho bấy nhiêu;
nên sẵn cứ đánh cứ đặt mãi.

(5) *Cuộc dinh du* c, = Cuộc hơn thua, — Ăn

Túi tham ai cũng muốn thâu cho đẩy;
   Dỗ dành khéo kiếm lời hay,
Trong lòng thầm đặt gian nầy lận kia; (1)
   Quen tay lâu thấm nước mê,
Sanh nhai cũng bỏ, gia thê cũng liều. (2)
   Lần lần tháng ít năm nhiều,
Buổi mai vài chục, buổi chiều vài trăm.
   Tới đều nhà bán đất cầm,
Như dao mài đá, như tằm ăn dâu; (3)

---

thua với nhau.

(1) Nghề đánh bạc là ham mê tiền bạc, tham lam của người, cho nên khéo ăn khéo nói chuốt ngót ngon ngọt mà dỗ mà bom cho người ta chơi với mình. Thật là nghề bóp cổ vặn họng chúng mà lấy tiền; may thì mình ăn của người ta, mà rủi thì người ta ăn của mình. Vì vậy cho nên trong lòng lo tính gian nầy lận kia làm sao cho được lấy của người ta.

(2) Đánh lâu quen tay càng ngày càng mê: mà hễ lâm nước mê rồi thì thôi, bỏ liều mọi sự; bỏ buôn bỏ bán; không lo đến vợ con nữa.

Sanh nhai c. (= việc làm ăn) = việc buôn bán làm ăn.

Gia thê c. = vợ nhà; nhà mình, vợ con nhà cửa..

(3) Thua một khi một ít, ban đầu ít sau nhiều, lần lần túng phải bán nhà cầm đất đi mà đánh mà gở, mà trả nợ trước lớp mới lớp cũ. Thì mòn lần như dao mài vỏ đá, lâu nó cũng mòn; như tằm nhỏ ăn ít lớn nhiều sau rãi dâu lá vào nội

Phong ba nổi tràn cẩu âu,
Nhà ngang cũng ngã, phở lầu cũng chờn; (1)
　　Giựt mình nghĩ mới biết khôn,
Thì đã nước nọ đến trôn đã rồi; (2)
　　Còn chi chi nữa là vui,
Đã mang phận bạc, ra hồi vận đen. (3)
　　Trong tay sạch bạc ráo tiền,
Chú thua lúng túng, chú ghiền thất thơ;
　　Tài thần trở gót bước lơ. (4)
Cái nên lánh mặt, cái hư theo mình;
　　Cùng đường khó lỗ chấp kinh, (5)

---

một chốc nó ăn đà sạch-trọi.

(1) Thua lắm nổi nóng lên đặt cẩu âu; chừng mới thấy hết cửa hết nhà cho.

(2) Đến chừng còn hai tay không, mới giựt mình, mới nghĩ mới biết mình dại; ôi thôi! ăn năn thì việc đã rồi! đồ nước đến trôn mới nhảy còn làm gì được?

(3) Thôi còn chi nữa mà vui cho được; đành mình đà vô duyên bạc phận; đành cái vận xấu mình nó đã đến rồi. Không còn một đồng tiền dính tay nữa; nào chú thua bạc, nào chú ghiền thuốc, chú nào chú nấy xơ rơ; thua lúng túng thời bới xái bài xài, ghiền thất thơ thất sở.....

(4) *Tài-thần*. Đến khi thất nghiệp cái nên nó đi ở đâu ấy, cái hư nó theo nó ràng nó buộc lấy mình mãi.

(5) Con người ta tới lúc (nước) cùng túng, thì phải biến, chớ cứ *chấp kinh* là giữ một trực nữa

Dời lòng tráng sĩ ra tình thất phu; (1)

　　Mưu thần toan chước dạ du,

Trộm vàng Vương khải, cắp thu Thạch sùng. (2)

　　Dọc sông liết mắt nghiêng tròng,

Rút thuyền Phạm lãi, mở phòng Tây thi; (3)

　　　Nóng lòng đương lúc thiêu mi, (4)

Màng chi liêm sĩ, quản gì tứ sanh? (5)

　　　Đón người thương khách bộ hành, (6)

---

không có được. *Chấp kinh* c. = giữ giềng.

(1) Cho nên trước mình có lòng tử tế mà túng phải sinh ra lòng tư tà.

Tráng sĩ c. = Sĩ mạnh chỉ người tài cán tử tế.

Thất phu c. = Đứa hư (mạt, hèn hạ, một mình).

(2) Vương khải Thạch sùng là hai ông nhà giàu ở đời Tấn; Thạch sùng lấy sáp làm củi nấu cơm: Vương khải lấy nước đường rửa chỏ. Dây nói túng quá mới toan mưu đi *dạ du* là chơi đêm (= đi ăn trộm); tìm mấy nhà giàu như Vương khải Thạch sùng mà ăn trộm bạc vàng châu báu.

(3) Đi bơi, đi rút ghe chúng, dưới sông; còn trên bờ thì vô nhà người lấy của. Mượn tích thuyền Phạm lãi cắp mụ Tây thi đi chơi Ngũ hồ. (Coi giải trong phú Trương lương).

(4) *Thiêu mi* c. = Cháy mày, chỉ lúc, cơn túng rối nghèo khổ.

Liêm sĩ c. = Sạch xấu = tốt xấu.

Tứ sanh c. = Sống chết.

(5) Đến lúc túng ngặt thì đó xảy ra, không lo sợ xấu hổ, cũng không sợ chết nữa.

(6) Lợi túng rồi sanh ra chận ngõ đón trường,

Dầu rằng vật trọng, vật khinh dễ từ?

Như cồn đã nổi tiếng hư,

Dưới sông chạy mặt, trên bờ vang tai; (1)

Lời xưa tục ngữ nào sai,

Chơi dao thì cũng có ngày dứt tay;

Đáo đầu thiện ác từ đây, (2)

Quan binh bắt đặng án dày phương xa;

Ghe phen phép chẳng khẩn tha,

Năm buồng Đại hải, ngồi nhà Côn nôn; (3)

Đứng trong sóng biển gió cồn,

Nát gan khứ quốc, lạnh hồn ly hương; (4)

đón đường, thương khách là kẻ đi buôn ghe đi buôn xa, cùng người đi buôn gánh bán bưng, đi đường bộ (bộ hành); gặp giống gì cũng lấy, trọng hèn gì cũng không tha.

(1) Tiếng xấu mình nó đã bay ra người ta biết, người ta nghe như tiếng cồn; dưới thuyền trên bộ ai nấy cũng đều chạy mặt.

(2) Thiện ác đáo đầu chung hữu báo c = Lành dữ đến sau đều có trả; là luật tự nhiên, là phép công bình đứng Tạo hóa. Dầy mình túng đi ăn trộm ăn cắp tới lúc trời báo, khiến ra chúng bắt được làm án dày đi xa.

(3) Nhơn vì mình gian giảo đã nhiều phen quá nên phép không tha được, mới dày ra hoặc Đại hải hoặc Côn nôn.

(4) Chúng đem xuống tàu đi ra biển sóng gió, nghĩ đến sự bỏ xứ lìa quê mà nát gan nát ruột, buồn rầu.

Phong hóa điều hành 11

Xe đá núi, nhỏ có đường,
Cỏ đeo gông vấn, chơn mang xiềng dài;

Xung quanh lạ kiểng lạ người,
Bơ vơ ngàn dặm lạc lài một thân.

Bùn vá áo, bụi may quần,
Thú non là vợ, chim rừng là con; (1)

Xưa sao rượu tốt trà ngon,
Chừ sao cơm cục, muối hòn thế ni?

Khi sao thuốc hộp đèn ly,
Chừ sao nhựa nhứt nhựa nhì sạch trơn? (2)

Xưa sao ngồi tiệm giỡn tiền,
Bạn cùng Tứ thánh Bát tiên một phòng.

Chừ sao khiêng đất đào sông,
Tam yêu chẳng thấy giúp công chút nào; (3)

---

(1) Thân bị đày có mang gông, chơn đeo xiềng, chúng bắt đi làm lặn lội mình vấy bùn ấm, một mình bơ vơ xa vợ cách con; ngó quanh ngó quất thấy núi non (làm vợ), thấy chim rừng (làm con).

(2) Sánh trước với sau khác nhau xa lắm! Xưa uống rượu tốt trà ngon, sao bây giờ ăn cơm cục muối hòn như vậy? Xưa hút thuốc hộp đèn ly, bây giờ sao dầu nhựa nhứt nhựa nhì cũng không có mà nuốt cho đỡ ghiền?

(3) Xưa vô tiệm ngồi đánh me, me xây tứ thánh, xây bát tiên. Vui chơi tử tế, sao nay phát ra đi khiêng đất đào sông? Nào cửa tam cửa yêu đâu không thấy giúp công chút nào?

Tứ thánh, bát tiên. c. (= Bốn ông thánh, tám

Khi sao nhảy thấp trèo cao,

Tung hoành dường vắng, hùng hào đêm thanh?

   Chử sao áo lục quần thanh,

Bụng teo, gan thót, mặt xanh sắc chàm? (1)

   Vui một thuở, thảm trăm năm,

Dói con rách vợ, bắc nam lạc bầy; (2)

   Người thân thích kẻ cố tri,

Tài nào gỡ đặng; trí gì gỡ xong ? (3)

   Trời xanh con mắt có tròng,

Thấy người âu phải trước phòng thân ta; (4)

ông tiền) = là khi mẹ nó xảy đủ bốn cửa mà ngồi mỗi cửa hai lần liền nhau, thì kêu là xảy bát tiền.

Tam yêu = cửa tam cửa yêu. Cửa tam là giạch bốn bốn còn dư lại ba thì là *tam*. Còn giạch bốn bốn còn dư lại có một thì kêu là *yêu*.

(1) Than thân trách phận nhớ buổi xưa làm vậy, buổi nay làm vậy thì buồn bắt cực lòng là dường nào! Xưa đi đón người lấy của, đi rình nhà ăn trộm tung hoành hùng hào. Nay mặc áo xanh quần xanh, bụng đói thất thơ thất thưởng, mặt mét xanh mét ưởng.

(2) Vui một chúc mà buồn lâu năm thì làm gì? Vì mình ham vui một thuở phải thảm trăm năm; ra thân đi đày, ở nhà con dói vợ rách không hay; phải lìa nhau kẻ bắc người nam!

(3) Nào bà con, nào bạn hữu biết dùng mưu chước nào tài trí làm sao, mà cứu mà gỡ cho đặng nào?

(4) Trời có con mắt công bình nên lành dữ

Chủ trong là phận đờn bà,

Thờ chồng là một, việc nhà là hai;

Phận hèn nào dám cười ai,

Nghĩ câu *dương cực âm hồi* mà kinh; (1)

Sợ câu *thiên đạo ác dinh*, (2)

Liền theo chữ nhục chữ vinh cũng gần;

Hai điều quan hệ tấm thân,

Lo xa nên phải ân cần khuyên lơn;

Chi bằng luyện nết thiện lương, (3)

Ở nhơn noi ngỡ lẽ thường xưa nay.

Sao cho đẹp mặt nở mày,

Mùi lan thấm tháp, hương bay trong ngoài;

đến sau có trả. Thấy gương người ta như vậy, thì mình phải lo mà giữ mình mình trước đi, kẻo phải mắc như người ta vậy.

(1) *Dương cực âm hồi* c. (= Hết dương tới âm, hết thới thì tới bỉ).

(2) *Thiên đạo* là *Thiên đạo tuần huờn* c. = Đạo trời xây vần. Chỉ khi thạnh khi suy khi bỉ khi thới không có chừng.

Ác dinh là *tội ác quán dinh* c. = Tội dữ liền đầy. Chỉ là làm hung làm dữ nó đã dồn dập.

Cái vinh với nhục nó gần nhau lắm; nó ở kế nhau.

Sự vinh sự nhục là hai sự quan hệ lắm cho mình người ta, vì vậy bởi hay lo xa nên thiếp phải ân cần khuyên lơn chàng, cứ giữ tánh lành trời cho mà ở cho tử tế tu nhơn tích đức thì là hay.

(3) *Thiện lương* c, = Tánh lành trời phú cho.

Giúp nhơn sẵn có người tài,
Là *tam ích hữu* nào ai dể mình ? (1)
Xa gần náo nức thơm danh,
Đẹp duyên hương lửa, phỉ tình trước sau;
Khỏi trong *đãng tử côn đồ*, (2)
Khỏi sa vào chốn lao tù như ai;
Thoát vòng *tửu sắc khí tài*,
Thua trang hiền thánh, hơn loài phàm ngu.
Những từ duyên kết hảo cừu, (3)
Ân tình cũng lắm, công phu cũng nhiều;

---

(1) Muốn cho được ở *nhàn noi ngãi* thì phải làm bạn với kẻ có tài, có nhơn đức, đa văn quảng kiến; ấy là *ích giả tam hữu* c. = Kẻ có ích là ba bạn nầy : Cái người tử tế mà làm bạn thì tử tế, ai dám khinh mình ? Bởi mình hay chơi bời đánh đòi đánh đọ với người xấu, nên mình mới hư thân đi mà thôi.

(2) *Đãng tử* c. = Con dữ.
   Côn đồ c. = Bọn hung.

Mình ở *nhàn noi ngãi* thì được danh được tiếng, thuận vợ thuận chồng; phỉ tình trước sau mọi bề thì chớ, lại khỏi vô số con dữ bọn hung, khỏi làm tù rạc như quân dữ ấy nữa.

(3) Khỏi làm vào những cái hư là rượu trà (*tửu*), trai gái (*sắc*), hút xách (*khí*), cờ bạc (*tài*); khỏi đặng thì dầu không phải là bậc thánh hiền, chớ cũng hơn các bọn phàm ngu. *Hảo cừu* c. = Đôi lành. Chỉ từ khi làm bạn với nhau tới nay, thì vợ ở đã hết lòng với chồng.

Cát la nay dựa nhành tòng, (1)
Ngửa trông quân tử một điều là dây.
Dám dàu trái đạo xướng tùy.
Sửa dăng dễ dám nhảy đi khỏi dầu; (2)
Cùng nhau chăn chiếu bấy lâu,
Sao cho vinh ấm (3) tiếng sau dễ truyền;
Xin nghe tiện thiếp lời khuyên,
Giá bằng vàng bạc, muôn tiền không hơn, (4)
Trái tai bằng có quở quang,
Dầu rằng chín giận mười hờn cũng cam.
Mai xai ít chữ lam nham, (5)
Soi dời gọi chút để làm gương chung.

(1) *Kinh thi*: Nam hữu kiều mộc cát lũy lôi chi =núi nam có cây xóng, sắn vướng leo đó. Chỉ vợ cũng như dây sắn, nương dựa cây tòng là chồng.

(2) Vợ đâu dám ở sái đạo xướng tùy (=là chồng biểu vợ nghe): Sửa đâu có nhảy khỏi dăng... con đâu dám cải đạo bằng mẹ cha). —Mặc áo không qua khỏi dầu... là hai câu tục ngữ nói mà chỉ phận mình nhỏ không dám quá kẻ lớn.

(3) *Vinh ấm* là *tử ấm thê vinh* c. =con được ấm, vợ được nhờ.

(4) Thiếp xin chàng nghe lời thiếp khuyên; như chàng nghe lời thì thiếp cảm bằng vàng bạc; tiền muôn bạc ngàn mà cho nữa cũng không lấy làm hơn.

(5) *Mai xai* có khi kẻ đặt thơ có ý mượn mà chỉ dường *Mai sơn nhai* là họ mình ở. Bằng không thì cũng chỉ là *lời rời, lời xài, lai nhai* chép ra ít chữ lam nham để mà khuyên đời.

VỢ KHUYÊN CHỒNG THƠ.

§. — 1

Nhơn khi rỗi rảnh việc nhà,
Vui vầy chồng vợ khuyên ra mọi lời; (1)
Ích chi những chuyện chơi bời ?
Bong mo hút xách mấy đời nên thân ?
Chử răng cờ bạc chớ gần,
Lại thêm nha phiến mười phần hại thay !
Mấy anh đánh bạc quen tay,
Tham vui chịu lụn, ai rày nghĩ xa ?
Tham vì đặt một chung ba, (2)
Lúc thua sạch quét ruộng nhà không hay.
Ấy là những mặt khỏi vay,
Còn trang thốn thiếu, cầu may đảo lường; (3)

---

(1) Khi rảnh rang việc nhà, vợ chồng ngồi lại nói chuyện vui vẻ, vợ mới đặt lời ra mà khuyên chồng đừng có hút xách cờ bạc.

(2) Tham vui chịu lụn là hễ mình ham chơi cho vui, thì làm sao cũng mắc lụn; hoặc mất công bỏ ngày giờ; hoặc phải hao tiền tốn của; hoặc bỏ ăn bỏ ngủ hao tốn tinh thần....

(3) Kẻ có của mà đánh thì chẳng nói gì; còn hàng nghèo thì cũng liều mặc may mặc rủi; hoặc lại hay lấy đồng bỏ tây ; hoặc lường gạt người ta rồi mà đánh đảo đi mất. (*Nghĩa sau trúng hơn*).

Mướn thuở thua khiếm vấp vương,
Trước đòi sau kéo ghe đường âu lo; (1)
 Đói thì dầu gối hay bò,
Mới sanh trộm cắp gở cho khỏi nghèo; (2)
 Bất kì vàng bạc trâu heo,
Hở đâu lấy đó, tính theo buổi nghèo.
 Thình lình thời vận chẳng may,
Gặp nhằm *police* bắt rày không tha;
 Án rồi đem chôn cõi xa.
Bà con cha mẹ cửa nhà chi ly. (3)
 Phép quan há dám chẳng đi ?
Hồi làm nghĩ lại còn gì đặng nào?
 Tách vời nước nước sao sao, (4)
Tấm thân cực khổ xiết bao đọa đày ?
 Con người ở thật ăn ngay,
Thợ thầy buôn bán cuốc cày cho siêng, (5)

––––––––––––––

(1) Khi thua khiếm thì lại thuở tiền mướn bạc mà đánh, nên sinh ra nó đòi nó réo, nó níu nó kéo, phải lo sợ nhiều đàng.

(2) *Tục nói*: đói thì dầu gối hay bò cũng tắc biến: vậy túng lắm mới sanh ăn trộm ăn cắp mà gở nước nghèo.

(3) *Chi-ly* c. = Chia lìa.

(4) Khi chúng đem xuống tàu ra biển, thì mênh mông thấy trời với nước; thấy dưới thì nước, trên sao (ban đêm).

(5) Con người ta ở đời hễ ăn ngay ở thật thì mọi tật mọi lành; làm thợ, buôn bán, làm ruộng làm rẫy; nghề nào phải cho siêng cho chuyên

Làm ra chắt mót bạc tiền,
Trong nhà giàu có quá tiền non Bồng; (1)
Ngồi buồn nói chuyện bông lông,
Khuyên chàng giữ lấy để mong dặn lòng;
Hễ là quân tử cho trong,
Sánh hai lợi hại, vợ chồng khuyên lơn.
Học chi những thói tiểu nhơn ?
Mèo dàng chó diểm cả xơn xong gì ? (2)
Ngã nghiêng ít mặt bù chi, (3)
Kẻ trê người nhún tránh đi ngõ nào ?
Vợ con tìm kiếm kêu rao,
Trốn xuôi trốn ngược vạch rào lánh ra;
Thua rồi chẳng dám về nhà,

---

nghề nấy.

(1) *Tiền non Bồng.* Là tiền ở trên non Bồng lại ở tại Dinh châu, chỗ ấy nước yếu ghe thuyền vào không được; là cảnh tiên ở.

(2) Vợ lấy điều hơn thua lợi hại mà khuyên chồng, đừng có làm thói kẻ ít trí mọn dạ, ra quàn chó diểm mèo dàng. Ba mươi đời những quàn ấy có xong cái gì ?

(3) Hễ khi mình có nghiêng nghèo sa cơ sập xuống, thì có mấy mặt bù chi giúp đỡ mình?

Đã vậy ai nấy đều cười chê, kẻ nhún người trê, đi đâu mà tránh cho khỏi được ?

Bù chi —(Coi tích giải trong *Tờ dề Nha phiến =
Thơ 10, tích 1.*).

Thất thơ thất thưởng như ma mới quàn. (1)

 Ai khôn thì đặng làm quan,

Một muôn đứa dại nó hoang cả đời;

 Ban đầu tưởng đánh mà chơi,

Lầm vào theo gỡ, lựa mời phải kêu ?

 Chàng tua coi lấy làm nêu,

Nghĩ lui nghĩ tới mọi điều mới ngoan.

 Xin nghe lời thiếp cho an,

Tiếng thơm đồn đãi xóm làng ngợi khen ? (2)

 Lại còn bên phía cơm đen, (3)

Kể ra một lúc men men nói lần;

 Giàu sang sung sướng muôn phần,

Dù điều tính trả nợ nần phong lưu;

---

(1) *Như ma mới quàn* = Như hồa người chết chưa chôn, thì thường người ta hay tin hồn còn đặt đở ở lần quản theo xác.

(2) Khôn thì khỏi, dại thì mắc : Hồi đầu tưởng là đánh chơi, rồi làm vào có ăn có thua, thua thì nóng cứ theo mà gỡ, chẳng lựa là ai kêu ai mời cũng đi đánh. Nên xin chàng lấy đó làm gương, mà suy đi xét lại, nghĩ tới nghĩ lui mà lánh mà chừa thì mới khôn; nếu nghe lời thiếp khuyên, thì được tiếng tốt, người ta đồn, làng xóm cũng khen ngợi.

(3) *Cơm đen* nghĩa là thuốc nha phiến. Vì sao kêu nó là cơm đen ? Là bởi vì nó tuy là đồ ăn chơi mặc lòng mà nó hễ khi đã ghiền rồi, thì nó hóa ra cần cũng như cơm trắng cần phải ăn mỗi bữa luôn; nên gọi nó là cơm đen.

Phở nhà của cải kém đâu?
Ống ngà nồi vỡ ly dầu chẳng lo;
  Kén lừa thâu bạch thâu ô, (1)
Thượng yên thuốc tốt, cạo vỏ chút kì. (2)
  Long diên thứ thật thiếu chi?
Mùi thơm ngọt mũi thua gì ông tiên;
  Thánh thơi mấy bợm có tiền,
Hút chơi thì hút, lo ghiền ít khi. (3)
  Thương vì mấy kẻ cơ nguy! (4)
Cũng mang bịnh hút sánh bì ngang vai!
  Bữa hôm thì thiếu bữa mai,
Lỡ chừng thuốc hụt cậy ai bây giờ? (5)
  Ngáp lên ngáp xuống ngất ngơ,
Áo quần sạch bách lại rờ túi không.
  Hãy còn chi nữa mà mong,
Ôi thôi thày bỏ ra đồng làm ma! (6)

---

(1) Thâu có hai thứ, một thứ bạch một thứ ô. Thâu bạch thì thơm khói mà nhẹ vị hơn; còn thâu ô vị mặn hơn.

(2) Thuốc *thượng yên* là thuốc nhứt; lại có cạo một chút kì nam vỏ cho thơm.

(3) Còn có khi lại trộn long diên hương (là nước miếng cá voi) mà hút cho thơm.
  Các người có tiền giàu có muốn cho phong lưu thì hút chơi, mà không có lo đến cái tật ghiền.

(4) *Cơ nguy* c. = Đói nghèo.

(5) Lỡ mà hết thuốc hút đi thì biết xin ai mượn ai, kiếm ở đâu cho ra?

(6) Ghiền quá, mà không có tiền mua thuốc;

Lim dim thấy bóng dờn bà,
Nàng bèn mách bảo thiết ra lời nầy: (1)
    Làm cùng tắc biến mới hay, (2)
Bụng làm dạ chịu ra tay anh hùng;
    Hồn mờ vừa tỉnh giấc nồng,
Nghĩ ra mới biết lạ lùng chiêm bao;
    Lúc nầy tính liệu làm sao?
Túng thì sanh dữ mưu cao phải dùng,
    Chợ kinh đi dạo bực sông,
Cầu dường Cầu phờ thẳng xông Cầu dò;
    Lòng gian ai biết mà dò,
Thấy đâu lơ đỉnh, thì vò núm chơi; (3)
    Nhiễu vân hàng lụa đỏ bày,
Nhón đi một mớ gót dời trở lui;
    Dở ghiền đổ trút vô nồi,

---

chịu ghiền ngồi mà ngáp đó, tưởng có khi phải chết bỏ thảy.

(1) Ghiền quá nằm lim dim mơ màng mới thấy bóng nàng nha phiến, (*người ta cầm nó là yêu là ma*) bày chước cho mà kiếm mà hít.

(2) *Làm cùng tắc biến* c. = Đến khi túng thì phải biến cải, túng thì sanh dữ.

Nghĩa là nó biểu phải dùng mưu đi ăn trộm ăn cắp.

(3) Cho nên mới đi rảo đất Chợ kinh, nào Cầu đường Cầu phờ, nhãn đến Cầu dò đều thì đi dạo; mà lòng mình gian ai biết; liếc coi người ta lơ đỉnh thì ăn cắp vặt.

Đêm nằm gẫm nghĩ khó ôi thân rày! (1)

Làm ăn còn kém nghề hay,

Đào hầm khoét vách ra tay cao kì; (2)

Rủ nhau làm cánh làm vi, (3)

Hiệp ba hiệp bảy đặng đi cướp người;

May thì hớn hở vui cười,

Rủi thì khám lớn là mười cửa quan. (4)

Kể sao xiết nỗi gian nan?

Dầm mưa dãi nắng, chẳng an khi nào.

Nặng thì trảm quyết hành đao, (5)

---

(1) Hoặc hàng lụa vân nhiều chi lớn rút một hai cây; đem về bán được bao nhiêu, thì rút vô trong nồi hết, nghĩa là mua thuốc hút hết đi. Đêm nằm ngẫm nghĩ mới than van không biết tính làm sao cho có cho khá.

(2) Nên mới tính nghề đi ăn cắp còn thấp lắm, mà lại ít không lấy chi cho đủ mà ăn, bèn lo đi ăn trộm, đào hầm khoét cửa, đánh ngạch mà lấy cho nhiều kia.

(3) Ha mới rủ bọn hiệp ba hiệp bảy ban đầu ăn trộm sau đi ăn cướp.

(4) May mà đi về có đồ có của thì vui mừng chia nhau; mà nếu có rủi thì liệu bất quá chúng bắt chúng ních vô khám lớn (là cửa thứ mười cửa quan, như mười cửa rạc dưới âm phủ).

(5) Mắc vào ngục rồi thì cực khổ cái thân biết bao nhiêu? dãi nắng dầm mưa, chơn mang xiềng, cổ đeo gông.....

Mà tội nặng thì hành trảm quyết là đem mà chém

Nhẹ thì Đại hải hoặc vào Côn nôn.

Phu quân phải nghĩ trí khôn, (1)
Chừa hai điều ấy cả phồn đều vui;
 E khi lời thiếp phanh phui,
Những người lầm lỡ giận tôi dã rồi;
 Dám xin chàng bãy tạm ngồi,
Phải lo phận thiếp trau giồi nữ công.

———————

di. Còn nhẹ thì hoặc dày di Đại hải, hoạc dày di Côn nôn.

(1) *Phu quân c.* = Chồng (là chàng là tiếng vợ kêu chồng). Vợ khuyên chồng: xin chàng nghĩ lấy mà chừa hai cái khốn nạn ấy là cờ bạc hút xách di, thì cả nhà cha mẹ cô bác vợ chồng con cái đều được vui mầng.

VỢ KHUYÊN CHỒNG THƠ.

§. — 2.

Thiếp từ vưng chữ vu qui, (1)
Đem thân bồ liễu dựa cây bá tòng; (2)
Đầu xanh cam với chỉ hồng, (3)
Dành hai bến nước đục trong cũng nhờ, (4)
Tùng phu vẹn giữ một thờ,
Hằng lo kinh dới dám ngơ xướng tùy; (5)
Trăm năm biển hẹn non thề,
Chung khi êm chiếu, giúp bồ thiệt hơn.

---

(1) *Vu qui* c. (=*chi tử vu qui*... gả ấy chưng về nhà chồng. Kinh Thi). = Từ khi thiếp về làm vợ.

(2) *Đem thân bồ liễu* (cỏ bồ cây liễu =chỉ về đờn bà yếu đuối) mà dựa cây *bá tòng*.(Cây bá cây tòng) chỉ đờn ông là trượng phu vững chắc.

(3)*Chỉ hồng* (Coi tích Vi cơ giải trong Túy kiều).

(4) Con gái đờn bà là thuyền tình trôi nổi; chỉ nhờ bến đậu. Bến nước dầu thường người ta kể có mười hai là chỉ nhiều; bên nầy thổ nầy bên kia thổ khác mà tóm lại có hai bến một là bến trong hai là bến đục.

(5) *Tùng phu* =theo chồng.

Xướng tùy c. (=*Phu xướng phụ tùy* c. =Chồng biểu vợ nghe).

Tảo tần phận thiếp liệu toan, (1)
Sửa mình giữ nết khuyên chàng phải lo;
  Gặp hồi lưng sạch tay không.
Còn rằng tráng sĩ, anh hùng với ai? (2)
  Rồi ra sanh chứng trở tài, (3)
Ngăn người trên bộ, cướp người dưới sông;
  Vấp chơn ngã đến cửa còng, (4)
Kìa xiềng đã nặng, nọ gông lại dài;
  Án đày Đại hải cõi ngoài,
Bất tiền tử thánh còn ai hộ trì. (5)

Biển hẹn non thề (= *Sơn minh hải thệ* c.)
chỉ lời thề đến khi nào biển cạn non mòn thì mới
hết tình thương nhau.

(1) *Tảo Tần* là rau tảo rau tần bởi câu Kinh thi: *vu
dĩ thể tần, nam giản chi tần, vu dĩ thể tảo, vu bỉ
hành bạo.* =Ngỡ lấy hái rau tần, chưng mé khe
phía nam; ngỡ lấy hái rau tảo nơi kia đường
mương; chỉ phận đờn bà hay chịu khó chịu cực
nhọc nhằn mà lo việc trong cửa trong nhà.

(2) *Tráng sĩ* c. = Sĩ mạnh, chỉ là người giỏi có
tài có trí.

Anh hùng c. Người sáng láng, khí hùng hào.

(3) Rồi lại sanh chứng gian ăn cắp, ăn trộm, ăn
cướp, trên bộ dưới sông cũng chẳng chừa.

(4) Đi ăn trộm ăn cắp bị quan bắt, ở tù ở rạc bị
gông cùm trăn trói.

(5) *Đại hải* (= biển cả) chỉ xứ Bourbon; hoặc
nay đày qua tới Cayenne.

Bất tiền, tử thánh là tiếng chỉ mẹ nó xảy đi đã

Ngũ chư dầu có cỏ gi,

Mưu nào xuất tội, kẻ chi thục hình ? (1)

 Tam yêu phép có nhiều hình,

Dễ đem lưng túc, dở mình đặng sao ? (2)

 Mênh mông trong áng ba đào,

Miệng nào hớp gió, mắt nào nhắm sao ? (3)

 Dật dờ như giấc chiêm bao,

Mòi son mày liễu, má đào là đâu ? (4)

 Khói than bay khắp bên tàu,

Tưởng hơi hương dược, nhớ mùi thượng yên; (5)

 Rượu dầu rửa đặng mặt phiền,

---

bốn cửa, hoặc xây thuận hoặc nghịch; hoặc một cửa ngồi hai lần rồi nhảy qua cửa khác...

 Hộ trì c. (= phò họ, phò trì) = Giúp đỡ.

 (1) *Thục hình* c. là chuộc tội.

 (2) *Lưng túc* là lưng không, vì theo phép đánh me, cái chén không cũng kể là túc, cho nên túc đây chỉ là *không*.

 Tội nó cũng có tội nặng tội nhẹ, nên có nhiều hình khác nhau; mà mình lưng túc không lấy đâu mà dở mình đặng ?

 (3) Xuống tàu đi dày ra biển mênh mông, sóng gió; thấy trời với sao.

 (4) Nhắm trời nhắm nước giữa vời, trí mơ trí tưởng dật dờ như chiêm bao; nào vợ hiền con thảo ở đâu bấy giờ ?

 (5) Khi thấy khói than bay ra bên tàu, thì nhớ khói nhớ hơi nha phiền thuốc thượng yên mình hút khi trước.

    Phòng hỏa điều hành   *12*

Tin đâu nhắn thấu bạn hiền lưu linh ? (1)

 Chợt mình mới nghĩ đến mình,

Phong lưu ơi! biết sự tình nầy chăng ?

 Gương treo trước mặt ràng ràng,

Biết khôn khỏi đó, lại càng sợ đây;

 Thấy trời vì có che mây,

Dấu nghiêng xe trước, phải dò xe sau, (2)

 Thương nhau xin nhớ lời nhau,

Nôm na vỡ một vài câu gọi là;

 Xin chàng nhớ mấy lời ca,

Sửa mình được tốt, việc nhà mới nên.

---

 (1) Khi buồn lấy rượu làm khuây; mà mình buồn rầu phiền não đây bây giờ, có rượu ở đâu mà uống giải buồn ? Lưu linh như mình biết đâu mà nhắn tin về với vợ với con ?

 (2) Hễ thấy trời vần vũ thì biết trời sẽ mưa. Thấy xe trước sụp ngã, thì xe sau phải lấy mà răn mà giữ.

 Tiền xa kí phúc, hậu xa đái chi. c. == Xe trước đã úp, xe sau răn đó.

CHUNG.

NHA PHIẾN.

~~~~~~

NHA PHIẾN LÀ VẬT THẾ NÀO?

Phàm các vật trời sanh ra dưới thế đều là có ích. Trước hết nó phụ việc cao rao phép tắc đấng Tạo hóa, nó lại tùy thì mà làm ích cho người ta cũng là cho nhau nữa.

Nha phiến nó cũng là một vật trời sanh ra dưới đời; vậy nó cũng là một vật hữu ích. Mà vật nào vật nấy hễ có lợi thì cũng có hại, nhơn bởi người ta dùng nó trúng hay là dùng quấy mà thôi. Nhiều người dùng chẳng nên mà bị hại là vì làm sao? Là vì không có *trí trị*, không *cách vật*; là vì không có *tri sở tiên hậu*: là vì không hay cầm bực *trung dung* mà ra.

Hoặc hỏi rằng: vậy thì những người dùng nha phiến quá độ là những người không biết điều hết sao? — Thường thấy cũng có nhiều người trí huệ thông minh, nhiều tay anh hùng hào kiệt, nhiều kẻ giàu có phú quí mà làm cuộc sa đà thì làm sao? Thật thường là những người phóng lưu giàu có nhơn cầu vui mà mắc tật ghiền, chớ chẳng ai muốn ghiền làm chi. Mà bởi dĩ lỡ ra rồi, bỏ đi thì nó sanh ra đau đớn bệnh hoạn khó lòng, nên cũng thả trôi đi vậy cho qua đời. *Trót vì tay đã nhúng chàm, dại rồi còn biết khôn làm sao đây!*

Bởi vậy mới lỗi đạo trung dung, không biết tiên hậu cũng là một cái lầm lỗi. Chạy không khỏi cái tiếng ấy được.

§. 2 — SỰ TÍCH NHA PHIỀN.

Nha phiền (trong sách thuốc (Bổn thảo) có tên là *túc xác* hay là *anh hoa*, nó là cây A phù dung nguyên ở bên đất Thổ châu có nhiều và tốt hơn hết. Hột nó có bọc, hình tròn mà méch, hột nó vô dụng vì không có sức; nhựa (mủ) bởi nơi vỏ trái mà chảy ra. Người ta lấy dao rạch vỏ trái ra, rạch trên rạch xuống mà rạch cạn cạn vậy, thì nó chảy mủ trắng như sữa bò, phơi khô thì nó ra đen. Lấy rồi để đêm khuya lạnh ngưng đông lại thành trái, lấy giấy bọc ngoài thì kêu là *trái thâu*, hoặc đổ vô bình thành khối thì kêu là *Nha phiền thổ*.

Mùi nó đắng và hôi hôi, bỏ vào giấm rượu thì máu tan. Người ta nấu cao nó lại làm nên thuốc mà hút.

Tánh nó thì *ơn tiểu, bổ hỏa, bổ não, bổ tinh thần*; nó hay *chỉ thống, chỉ tả, chỉ ho*, hay làm cho *tê mê, buồn ngủ. v. v.*

Người Hoa nhân (Trung quốc) dùng ống mà hút Nha phiền nấu cao nơi ngọn đèn, hút lấy khói mà khoái lạc, hút nhiều lâu thành tích, sau bỏ không được, dường như nó có ma, nó như đò như nhựa khử không đi, trừ không nổi. Ghiền nó rồi thì hao tài tốn của, tổn tinh thần hao sức lực.

§. 3 — DÙNG NHA PHIỀN RA THẾ NÀO.

Nha phiền người ta gặp được nó rồi bày mà làm ra nhựa ra thuốc thì để mà làm gì?

Trước hết người dất Thiên trước dùng; mà trộn thuốc mà thêm vị; lại chính ý dùng nó là dùng mà làm thuốc, nghĩa là đồ mà phòng ngự chứng bệnh kia bệnh nọ, cũng như ta dùng đồ gia vị, hoặc vị thuốc, như hành, tỏi, tiêu, ớt,... như thục địa, sài hồ, cam thảo...

Vậy nó cũng là một vị hay, mà dùng nó cho nhằm cho trúng chứng lại cho phải khi phải thì, cũng vừa mực vừa chừng thì nó rất nên là vật có ích; mà hễ sái chứng, trái thì, hay là quá độ thì nó trở nên vật hại mà thôi. Trong sách thuốc Tàu nói về nó rằng: *Cứu bệnh như thần, sát nhơn như kiếm;* là làm sao? Là như dùng nó cho nhằm như đã nói trên nầy, thì nó có sức mạnh như thần mà cứu người ta cho khỏi bệnh cho được sống lẹ lắm, hay lắm không chi ví kịp; mà nếu dùng nó không trúng cách cũng quá độ đi, thì nó trở nên thuốc độc nó hại nó giết người ta chết đi, cũng mau cũng dữ như lưỡi gươm chém một cái vậy.

Vậy, theo như nói đó, thì Nha phiền là một vật không phải là vật dùng thường; nên dùng nó thường như hút mỗi ngày một lần hay là hai lần, đêm một buổi thì lâu nó hại mình mà chớ.

Hoặc có kẻ nói rằng: hề gì? dùng nó thường thì cũng chẳng có hại gì? Vậy chớ cơm cả người ta thường ngày thường ăn hai ba bữa thì sao? Cái sự ăn sự uống là cái cần kíp phải có mà phụ cho xác người ta được sống; không có thì không có sống được.

Mà Nha phiến thì bất quá là một món năm thuở mười thì mới có cần dùng tới nó một lần mà thôi. Nếu làm bậy mà dùng nó không chừng không đỗi, vô độ vô lượng thì nó hại. Hại thì hại mà nó hại dần dần.

Ban đầu mới hút nó thì chẳng thấy nó hại gì, mà có khi nó làm cho khoái cho nở da nở thịt mập mạp ra nữa cũng có.

§. 4 — GHIỀN NHA PHIẾN.

Cuộc ăn Nha phiến nó cũng có thú nó, nên dễ cho người ta mắc nó lắm.

Ban đầu thấy anh em chúng bạn nằm chênh chồng tréo mẩy huê lên, và nói chuyện và tìm thuốc, tay cầm tim vích thuốc giơ vô đèn hơ cho nó phồng lên, kéo ra lăn qua lăn lại trên miệng nồi, tay cầm tim ngoai rạch coi cũng lấy làm sướng, hơ hơ lại cho chín thuốc, lăn vò cho nó tròn trịa vền vang rồi mới tra vào lỗ nồi, von nó cho vót đầu. Hai tay nưng ống điếu, hoặc tre láng xây, hoặc đồi mồi hay là ngà trong bóng, kê vô ngọn đèn chíp mồi hút vào đôi ba cái rồi kéo nó kêu ột ột coi ra khoái lắm, khói thì nuốt đi, có kẻ lại phả ra bay hơi thơm thơm. Chúng bạn, chứng người hút thơm thảo hay mời, biểu hút chơi một hai điều nó tiêu. Mới đầu còn làm lẽ, một không hai không; lần lần quen mời thì không từ nữa, chơi chơi vậy lâu nó mới quen đi nó mới ghiền cho. Đến chừng ấy, chúng không còn mời nữa; dầu có hút lết dép mo tới dặng có hút thép một hai điếu. Sau lâu chúng chạy mặt, tức mình mới đổ hoang sắm ống sắm nồi, mua mâm, mua đèn riêng mà hút, ban đầu còn giấu dút, sợ mẹ cha có bắc, hoặc sợ vợ con rầy rà. Mà càng lâu lại đổ xảy ra, dọn ra hút giữa nhà, làm sao thì làm liều mạng: *bất quá thì bá quát*. Từ ấy về sau mới thiệt thọ.

Mà xét coi bây giờ hút như vậy có ích gì, lợi hay hại, tốt hay xấu? Kẻo kẻ hút thì đều nói rằng: ăn chơi thể ấy thì là phong lưu, tử tế mà thôi.

§. 5 — ÍCH GÌ MÀ HÚT.

Xét cho kĩ mà coi thì nào có thấy ích lợi gì đâu, thấy hại thì có mà thôi.

Trước hết mất công mất linh không làm gì được. Tài gì mà chẳng mất công? Sáng ngày ra dậy ngồi sự sự, khoanh tay đó một lát, có kẻ lấy khăn rửa mặt, kì rửa lau chùi rồi hút một hai điếu thuốc vấn; nhai một miếng trầu, đi ngoài rồi vô có cháo lạo, trà lá chi húp sơ ba miếng rồi lại giường hút sửa soạn đồ; lau ống chùi nồi, lấy móc cạo nhựa sột sột, vỗ gõ nồi lốc cốc, sắp tim lại, bắt tim đèn, hoặc cạn dầu thì đổ dầu làm lại cho tử tở, rồi mới nằm xuống, nghiêng lại tìm vài ba điếu hút đã. Rồi cũng lần quẩn nội mâm hút

sửa cái nầy soạn cái kia, lúc thúc đó hoài cho đến
cơm dọn rồi trẻ vào thưa mới ra ăn ba miếng,
ngồi ca kì xỉa răng chắp chắp, uống nước ăn trầu
hút thuốc. Mà chứng kẻ hút hễ ăn vô rồi nó đòi
hút cấp báo, nên đi lại cũng phải sang qua giường
hút mà làm thuốc mà hút cho đủ lệ thì mới đã
cho, hút rồi nằm sãi tay sãi chơn đó, lim dim ngủ
muỗi ngủ mòng một chặp, rồi thức dậy lại lo tìm
lo làm thuốc nữa. Lục thục như vậy, trời đã xế
chiều đi rồi: lật bật tới bữa cơm tối. Ăn rồi cũng
như hồi sớm mai phải vô mà hút nữa. Mà lần nầy
lại càng lâu càng kề nhè hơn nữa. Nằm đó với đèn
leo lét, trở qua trở lại, nằm bên nầy lâu mới lại
nhảy qua bên kia. Thức mãi, thỉnh thoảng một
khi một điếu. Có kẻ ngày đêm lẩn quẩn đó, không
lên giường mà ngủ bao giờ. Thức hút rồi ngủ mơ
màng, một lát hút một lát ngủ, một đêm đến sáng
chẳng nghĩ tới vợ tới con, không lo đến việc nhà
việc cửa. Dường như không có lo cho ai hết, có
một mình mình mà thôi. Vợ mặc vợ, con mặc con,
việc nhà việc cửa không phải chi đến mình mà lo.
Làm trai mà vợ con nhà cửa không nhờ được sự
gì, thì chẳng đáng mặt làm trai. Mà lại vợ con tôi
tớ còn phải lo cho hết mọi sự nữa, thì có chồng
có cha có chú mà làm gì?

Không mấy khi chuyện vãn nói hơn nói thiệt
tính toán việc nhà việc cửa với vợ. Đêm như ngày,
ngày như đêm không hề lai vãng truyện trò gì
hết, dường như không có vợ con vậy; có một khi
có chuyện cần thì mới kêu mới gọi mà biểu mà

khiến một hai lời vậy thôi. Khi giàu có hay là có ăn chẳng nói gì, mà khi nghèo khó thiếu trước thiếu sau thì lại càng bất nhơn với vợ con hơn nữa. Vợ con đói no cũng không hay không biết, có lo thì là lo cho mình có năm bảy tiền một quan mà mua một hai chỉ thuốc mà hút thì thôi. Mắc những lo hút, không làm gì đặng cho ra tiền ra bạc mà chi độ thê nhi. Có bao nhiêu thì nhét vô nồi vô ống, chun vô lỗ hẻm hết. Ra như hình ăn tham với vợ với con.

Có kẻ bị ghiền mà nghèo, nên ăn thuốc thất thường, khi có khi không; khi phải táo nhựa nhứt nhựa nhì mà hút; khi lại không kịp hút phải vò viên nhựa ba nhựa bảy mà nuốt. Bởi hút đã lâu, lại bởi thất thường, lại bởi hoặc hút hoặc nuốt nhựa cho nên càng ngày càng ra ốm o gầy mòn, đi ra gió thổi muốn ngã, ngồi đâu ngồi bì sị, mỏi dợt lơ dợt lớt, nước da mét chằng mét trớng, con mắt lim dim, nửa nhắm nửa mở, hình thì coi chẳng ra con người, nói thì nhựa dẻo kéo nhằng ra.

Ấy là hại xác, nó lại còn hại trí nữa: hút thì mắc lo hút mãi nên bỏ học bỏ hành, bỏ coi sách coi vở, nên nghe thấy càng ngày càng hẹp, trí sắc sảo càng ngày càng lụt.

Hút nha phiến chẳng phải là tốt mà lại xấu, vì nó làm cho hư danh xấu tiếng mình đi. Có ai mà kêu là *ông hút?* thường kêu mà vị thì là *lão, bợm, thằng cha hút....* không thì *thằng hút, quân (người) hút....*

Nó lại sanh ra cái tật (bệnh, chứng) ghiền, nghĩa là làm lấy nó thì mang tật gỡ không ra, càng ngày càng bó buộc thêm hoài; muốn bỏ đi thôi đi mà không có đặng, đến buổi thì phải cho có, không thì nó bắt đổ mồ hôi, nó bắt ngáp dài ngáp vắn, mình thì đã dượi, chơn tay bải rải, con mắt lim dim gục lên gục xuống..... Có hút vô thì nó mới chứng lại. Ấy nó thành nên *tật*, nên *bệnh* gọi là *chứng ghiền*, nó đòi, nó bắt quá hơn là nợ. Vậy thì là xấu.

Lại thêm người ta thấy mình ghiền người ta chạy mặt vì sợ mình lấy dây hay chấy hay bôi, hay kiếm chác; nhứt là khi mình nghèo không đủ ăn đủ hút, thì người ta càng nghi mình sinh bụng xằng gian giảo ăn cắp ăn kiếu. Có phải là xấu hay không?

So sự lợi hại tốt xấu, thì thấy cái lợi cái tốt bỏ vô cân mà nhắc với cái hại cái xấu bởi dùng nha phiến mà ra thì đầu lợi đầu tốt nhẹ là chừng nào. Mà đầu hại đầu xấu nặng và vác là dường nào!

Hại là nó làm cho 1º mất công mất linh bỏ việc bỏ vàn không làm gì đặng; 2º trí ra lụt đi, lừ nhừ lời thời không toan tính cái chi cho xong cho rồi; 3º vợ con phiền hà rầu rĩ cũng phải nhịn miệng nhịn ăn nhịn mặc, phải thiếu thốn, đói khác thất thưởng, gia đạo có khi hết của hết cải tán gia bại sản; 4º mình vóc ốm o gầy mòn, tinh thần suy kém liệt bại, sức lực hao tổn yếu đuối...

Xấu là 1º nó làm cho hư danh xấu tiếng; 2º nó bắt mê bắt ghiền thành tật thành chứng không bỏ được, không nhịn được; 3° nó làm sỉ hổ là làm cho chúng đều chạy mặt không tin, lại nghi sợ nữa.

Có kẻ nói rằng: không hút thì không biết đàng tính toán buôn bán làm ăn.

Nào có thấy tính chuyện chi giỏi hơn người ta ở đâu? Cũng không nên sang nên giàu, ra thông minh trí huệ hơn ai, mà lại càng ra lừ như lụt bớt đi nữa thì có.

Dòm vô trong các nước thiên hạ mà coi, hoặc có dùng thì dùng làm thuốc mà thôi, không có hút nó; mà quốc phú binh cường, dân thạnh, buôn bán làm giàu muôn hộ của cải như núi như non. Nào có phải là hút mà nên nông nổi làm vậy sao?

Ăn nha phiến cũng là một thú vui ăn chơi phong lưu mà cho kẻ giàu có, cùng kẻ thong dong ở không nhưng không có việc gì lo tính hay là làm lụng thì xem ra còn có thú vị một chút. Nhưng vậy xét ra cho kĩ thì cũng là điều ngăn trở ràng buộc không cho thong thả được; vậy thì sao gọi là phong lưu? Vì phong lưu là thong thả khỏi vương vấn, muốn sao được vậy, thong lưu mặc ý chẳng chi ngăn trở, ràng buộc....

Mà cho kẻ làm nghèo khổ, thốn thiếu không đủ ăn đủ mặc thì cái phong lưu ấy ra cái khốn nạn khôn kể xiết, vì một cái mang lấy nó gỡ không ra, làm sao cũng phải lo cho có mà hút, bằng không thì cũng kiếm nhựa ba nhựa bảy, hoặc vò viên mà nuốt cho đã ghiền. Té ra nó nghịch cái phong lưu mà trở nên xiềng toả buộc trói vấn vít lấy mình càng ngày càng thắt riết lại, thân sơ thất sở cực trí cực xác đã nên là đáo để!

Từ xưa đến nay biết là mấy bài giải nha phiến người trí từng trải đã làm ra mà chê cho người ta lánh? Biết là bao nhiêu thơ phú kẻ văn thi đã đặt ra mà bao biếm cho người ta biết mà chừa cải?

Ta đem các thơ ấy liền sau nầy, có chú giải cho rõ nghĩa, cho người ta coi cho biết, ai ai cũng đồng một tiếng mà chê sự dùng nha phiến quá độ, sái cách là thể nào.

GIẢI NHA PHIỀN TỪ.

Hết của bay vì ai khiến?
Cực lòng bay bởi ai xui?
Chốn Thanh huà ngàn dặm xa xuôi,
Đường Cam lộ muôn trùng diệu vợi,
Sanh thuốc độc dưới đời bất lợi,
Hại dân lành trong nước cần cơ.
Hút chẳng thương vợ yếu con thơ,
Ghiền không tưởng mẹ già cha cả,
Trên đã lấy đức lành giáo hóa,
Dưới chẳng nghe rủ quến hút hoài.
Thương là thương dân đất Đồng nai,
Cám là cám công ơn thuở trước,
Dễ bay hút tốn chi của Nước?
Dễ bay ghiền tốn mấy tiền vua?
Chốn khám dường chốn ấy là chùa,
    Tu đâu cho bằng tu đó,
Mọi mấy tua phở mấy toà,
    Đèn nhỏ nhọn cháy sao mau hết?
Thoảng mảng suy hơn tính thiệt,
So đo thấu bạch thấu hồng,
Kẻ cậy tài biết táo Quần đông,
Người ỷ sức tay lăn thuốc chặt;
    Lúc hút coi tiền hơn rác,
    Cơn ghiền ngáp đỏ mồ hôi,
    Lăng xăng gõ ống cạy nồi,
    Bầu hầu chưởi con măng vợ,
Xóm làng ghét không ai tư trợ,
Bà con thương hết sức bù chì,

Cực mình phải ra di,
Túng nghề ăn cắp vặt,
Chật vật kiếm gà mà bắt,
Màng đồng tìm vịt mà lùa,
Quần hai ống có tua,
Áo một mạnh như lưới,
Dạ (dầu) mình ngay (không) nó cũng dè ne:
Mồ cha mấy dứa bắt gà!
Tám kiếp những quân lùa vịt,
Trong mình có tịt
Chẳng dám nói ra,
Trước là xấu hổ mẹ cha,
Sau là thẹn thuồng chúng bạn,
Non nước chi mà hòng làm lỡ?
Gương kiếm soi đó không tưởng,
Một hai ngày ở chốn khám dưỡng
Đôi ba tháng nữa đày ra Cam lộ

CHƯỚC TỪ

TƯỢNG MÁNG:

Ống nguyệt đồng đúc tự Huình dế,
Ống Đế huệ trong tôn miếu cung thinh,
Nồi Hà tàn đúc tự Hữu ngu,
Nồi phàm để trong quốc gia chi khí dụng,
Ống cũng có hơ trên than hoá,
Ngươi Tuấn thần làm chước trừ gian,
Nồi có khi nấu luyện bạc vàng.
Tuy mấy món chẳng bao phần lợi,

Ống với nồi nấy :
Thảy đều công dụng,
Đâu dám tư hành ?
    Ống với nồi nấy :
Hoặc ở Tây giang hay là Bắc quốc.
    Ống tắc hai vừa bậc,
Hoặc nửa lóng hoặc hai nửa lóng,
Thích tình ưa cân bạc cân thau,
    Nồi một cuộc khéo xây,
Hoặc bát giác hoặc thố lục lăng,
Theo cách dạng vẽ xanh vẽ trắng.
Thời phong thạnh bậu bậu bạn bạn,
    Chim ra ràng gà lẻ mẹ,
Sớm khuya tấm bỏ rất phong lưu,
Buổi thanh bình anh anh em em,
Trà bạch cúc mứt hồng tàu,
Ngày tháng dãi đẳng thêm lịch sự,
Nghĩ cuộc vui bên tả qua bên hữu,
Gẫm chuyện xưa Nghiêu Thuấn Hi hoàng,
Vui nằm ngửa lại nằm nghiêng,
Nghĩ đến lúc Vương tạ Đào nguyên.

      Tôn thọ Tường tự thác Nha phiến từ.

TỜ ĐỂ NHA PHIẾN.

Tả ly tờ một bức,
Lìa bạn ngọc hai phang, (1)
Kể từ anh *gá nghĩa phụng loan,* (2)
Vầy cùng bậu *nưng khăn sửa tráp,* (3)
Anh cũng tưởng *tham bùi chế gặp,*
Ăn một miếng, tiếng một đời, (4)
Nào hay đầu *giả kén chọn (kẹn) hom.* (5)
Nhịn qua ngày, ăn vay mắc nợ. (6)

(1) *Tả ly tờ* = Viết tờ dể. Bạn ngọc (= Ngọc hữu) = Bạn quí.

(2) Nghĩa phụng loan = Ngãi vợ chồng.

(3) *Nưng khăn sửa tráp* chỉ vợ hiền (như bà Mạnh quang) lo mọi sự cho chồng.

(4) *Tham bùi chế gặp,* là thấy ngon, tốt, béo mà ham, nên mới ra sức ra tay mà làm, (chịu đấm ăn xôi). Mà sự hưởng thì có một khi mà thôi, mà tiếng lành tiếng dữ để đời nầy qua đời kia người ta còn nhắc.

(5) *Già kén chọn hom* = Nào hay mình mắc già kén lắm, nên phải mắc (*giả kén chọn hom, già lựa mắc dưa thúi*) - Chính tục nói ví hễ bửa tằm dày lắm thì có nhiều kén, nhiều kén thì nó đóng chật kẹt hom bửa; nên nhỏ kén đi thì ít lợi; cũng như ai già chọn kén lừa lọc lắm, thì lại mắc lấy dưa thúi.

(6) *Nhịn qua ngày ăn vay mắc nợ* là như khi

Cô bác đã hết phương *tư trợ*,
Bà con thương, hết sức bù chì, (1)
Biểu anh *khôn thì sống, bống thì chết.* (2)
Anh *ham vì nết, chẳng hết chi người,*
Thất mặt nàng *thớ thớ như hoa tươi,*
Vắng hơi bậu *dàu dàu như lá ủ,*
Anh chẳng khác như Thương vương đời Trụ,
    Ái Đắt kĩ thứ phi;
Gẫm nàng như đời trước Tây thi,
    Ngỡ phù ta mất nước, (3)

---

thèm mà nhịn đi thì thôi mà mê ăn, đi vay bợ thì
sẽ phải mắc nợ người ta.

(1) *Bù chì* Tích bởi (người ta nói) có bà kia
sanh được năm sáu đứa con. Con cái đà lớn khôn
có tư có riêng rồi, anh em mới tính với nhau luân
phiên mà đem mẹ về mà nuôi; người nầy rồi tới
người kia. Mà khi giao phiên thì cần coi thứ
nặng nhẹ thể nào, có khéo nuôi hay không. Bà
mẹ thì con nào cũng thương hết, nên hễ khi nào
có sút cân thì bả lấy chì cột lưng bù thêm kẻo
anh em trách nhau. Bởi đó mà ra tích tiếng *bù chì*
là sang sớt thêm cho đủ.

(2) *Bống T. Là dại.* Khôn thì nhờ, dại thì chịu;
thiếu chi người tử tế, mà vì thấy nết na nàng mà
mê mà mắc.

(3) Anh mắc mẹ nàng cũng như vua Trụ đời
nhà Thương vì mệ mụ thứ phi, là Đắt kĩ, mà mất
nước. Còn nàng thì là như bà Tây thi (đời chiến

Gẫm phận anh vô phước!

Tham nhan sắc hữu duyên,

Bậu là gái Tây phiến.

   Qua là trai Nam việt, (1)

Hai nước đã thương da thương diết,

Hiệp một nhà như trầu thấm vôi.

Vắng mặt em, trông đứng trông ngồi,

Hở hơi bậu, ngáp dài ngáp vắn,

   Gẫm phận em quá đáng!

   Bay mùi nọ thơm tho,

Tánh hạnh nàng tán nhỏ ra to,

Nay mới rõ là cỏ nha phiến, (2)

Phá gia đạo hư hao nhiều chuyến,

Khi công cô nhiều thuở ghe phen. (3)

---

quốc) làm cho Ngô-phù-ta mê sắc nàng mà bị giặc đánh lấy mấy nước đi.

(1) Vốn nha phiến là bởi Tây vức mà qua, nên nói Tây phiến là phía tây bên Tàu (xứ Thibet) giáp qua Thiên trước.

(2) Nha phiến tán nhỏ ra to là khi vích nó ra có một chút giơ ngọn đèn đốt nó phồng ra lớn.

(3) Đây hạch tội nó ra mà để nó: nó đã phá hư bao tốn kém trong gia đạo đã nhiều khi lắm thì chớ, lại còn mắc tội *khi công cô* (trong *thất xuất*) là dể cha mẹ chồng; vì nhiều khi tại nó mà chồng mê không kể cha mẹ cô bác: mắc hút cha mẹ kêu, sai khiến, cũng không bỏ ra mà đi mà làm, hóa ra *khi công cô* là nó.

Kẻ từ đèn hạnh mới nhen,
Mình khô héo xép ve như nhái. (1)
Anh cũng tưởng xuân qua hè lại,
Dã không trông kẻ tới người lui,
Tả ly tờ gượng gạo làm vui,
Cực chẳng đã qua Tề bậu Tống,
Nếu dỡ vậy một ngày một lộng,
Ban đầu ít sau xít ra nhiều.
Tánh hạnh nàng tự bạo tự kiêu, (2)
Đặng bữa nào thì quảo bữa nấy,
Trên đới dà ít thấy,
Dưới thế lại tri danh,
Ngọn đèn xao nổi trận tam bành, (3)
Ống khói vắng lửa nổi cơn lục tặc, (4)

---

(1) *Dèn hạnh.* Xép ve như nhái là hút nó càn táo ra ốm o gầy mòn xốp như vỏ con ve lột vậy; con nhái cũng ốm gầy ít thịt chơn tay ngều ngào; bụng teo lưng thắt lẩy mà ví sự ốm sự gầy.

(2) *Tự bạo tự kiêu,* là hay hung dữ sâu sắc, hay ỷ tài kiêu ngạo.

(3) *Tam Bành* là ba thần Bành: Bành Cứ Bành Chất, Bành Kiêu, sách dạy tu tiên nói nó ở trong mình người ta, nó xui giục người ta làm tội đặng nó có đi cáo với Ngọc-hoàng.

(4) *Lục tặc,* là sáu cái giặc trong mình người ta, là ngũ quan với lòng ta; nó cứ hoặc thái quá hoặc bất cập mà làm cho người ta sải đạo trung dung.

Ai ai đều chạy mặt,
Chúng chúng thảy lắc đầu;
Nay anh đà biệt sự tha cầu,
Qua với bậu phân nhau Hồ Lỗ, (1)
Mồ kĩ, thổ, nồi sành anh đập,
Bính đinh, hoả, đèn hạnh onh lui,
Canh tân, kim, bẻ cái tâm xoi,
Giáp ất, mộc, chẻ cày quản trước,
Nhâm quí, thủy, đổ chung chén nước,
Thuộc ngũ hành tài vật phá tan,
Găm tội bậu bại nhơn thì có,
Suy phận qua ích kỉ vốn không,
Nam qui bắc, nữ qui đông,
Sự bất đắc phản ngôn hà lý,
Tiêu diêu vạn thị, tài vật chia hai,
Thình thôn trung các tiệm ai ai,
Đều tựu tới thị thiồng làm chứng.

---

(1) *Biệt sự tha cầu c.* (= Tha cầu biệt sự) đi tìm việc khác; phân nhau Hồ Lỗ, là rẽ nhau ra một người một phương, kẻ đi nước Hồ, người đi nước Lỗ xa cách nhau ra.

VĂN TẾ NHA PHIỀN.

Trước bàn đèn ông điều ngáp mà than rằng:

Ba sanh hương hỏa!
Cuộc Trần hoàn nào mấy mặt tri âm? (1)

---

(1) *Ba sanh hương hỏa.* — Người Tỉnh lang ở đời nhà Đàng đi chơi nơi chùa, ngủ nằm chiêm bao thấy một người thầy chùa già chỉ cây nhang còn cháy mà nói rằng: nhang nầy nhang thuở trước người Đoàn việt xin sanh lại cho đủ ba kiếp; kiếp thứ nhứt, sanh đời Đường Huyền tông làm quan An phủ sứ đất Kiếm nam; kiếp thứ hai, sanh đời Đường Hiến tông làm quan thơ kí đất Tây thục; kiếp thứ ba, sanh ra là người Tỉnh lang, mà nay nhang còn cháy, mà người Đoàn việt sanh đã đặng ba kiếp rồi. Bèn giựt mình thức dậy.

Trần hoàn c. = Cõi trần = bầu trần = thế gian.

Tri âm, (= Biết tiếng). Tích Bá nha ở đời Tấn, làm quan đại phu, tên là Châu bá nha; sau thời quan đi dạo sơn thủy chơi; có một khi ở dưới ghe khảy đờn cầm, xảy có Chung-tử-kì ở trên rừng đi hái củi bán nuôi mẹ, mà vốn hai người không có quen với nhau. Tử kì lần xuống mé sông nghe đờn, thì hiểu mà khen rằng: *Lòng vọi vọi, chí muốn ở trên núi.* Rồi nghe trở bản thì hiểu mà nói rằng: *Lòng thinh thinh chí muốn ở theo nước chảy.* Bá nha mầng vì người nghe hiểu biết tiếng

Một phút nhàn du,
Nghĩa giao tất dễ quên lòng quyến cố? (1)

đờn mình, mời Chung-tử-kì xuống ghe làm quen
kết làm anh em. Bá nha hỏi sao Tứ kì cũng là
người hiền sao không có ra làm quan? Tứ kì than
rằng: *nhứt nhựt đác dưỡng di tam công hoán.* Ý
chỉ ở nhà mình còn mẹ, một ngày ở nhà nuôi mẹ
già được thì hơn làm quan tam công. Sau khi Tứ
kì chết đi rồi, thì Bá nha đập đờn đi không đụ
nữa, nói rằng: *điệu cao tứ viễn, thế vô tri âm,* =
điệu mình cao, tứ mình xa, ở đời không ai biết
nghe tiếng. Đến đời sau, nơi mé biển đông có một
chỗ nổng cao mà bằng, tục truyền nói rằng: chỗ
ấy là dài Bá nha đánh đờn; một bên dài phía bắt
lại có cái cầu đá có bia rằng: *Tứ kì tri âm.*

(1) *Nhàn du.* =Thong thả chơi = chơi bời.

Giao tất c. (=keo sơn), Đời hậu Hán có người
Trần trọng với người Lôi nghĩa, hai người đều ở
đất Giang tây, anh em bạn học với nhau, ra thi
khoa mậu tài. Lôi nghĩa đậu, Trần trọng rớt; Lôi
nghĩa thưa quan giám khảo xin nhường cái đậu lại
cho Trần trọng; quan thứ sử giám khảo không
chịu. Lôi nghĩa bèn giả đò điên bỏ tóc xã đàm đầu
chạy mất biệt đi. Sau hai người ra thi khoa hiếu
liêm cả hai đồng đậu; sau cũng đồng làm chức
thượng thơ. Thiên hạ đời ấy khen mà nói rằng:
Giao tất tự vi kiên, bất như Lôi dữ Trần = Keo
sơn gọi rằng chặt chẳng bằng họ Lôi với họ Trần.

Nhớ người xưa!

Quê ở Mãng châu,

Qua chơi Trung thổ. (1)

Sắc vàng tơ nhỏ,

Vẽ lưng ong chạy tản,

Ấy chánh danh là Bạch là Công ? (2)

Mình mỏng bọt to,

Suối mặt quỉ sa đèn.

Ấy là của trên Ngâu trên Tụ. (3)

Tánh nguyên thăng tán,

Trừ phong hàu quyết dựt dải Hiên kì; (4)

Bởi đó mà hành tiếng giao tất chỉ nghĩa=Ngãi keo sơn là bền chặt.

Quyến cố c. = Thương đoái, đoái thương = mến yêu.

(1) *Mãng châu* là đất thuộc về người Mãng nhà Thanh.

Trung thổ c. = Trung quốc chi thổ) là chỉ bên tàu. Lại *Trung thổ* cũng chỉ là ở giữa đất nầy (nói về Annam) thì là đất Annam.

(2) Hễ nha phiến sắc nó vàng, mà tơ nó nhỏ, táo nó ra nó ẻn lưng như lưng ong (chỉ nó dẻo), gắn nó vô lỗ kéo nó chạy tọt vô, thì là thật thuốc thầu Bạch thầu Công mà nấu ra đ

(3) Mà táo nó ra tuy nhỏ ít mà đốt phồng ra lớn nên kêu là mỏng mình to bọt, nó xùi ra như mặt quỉ sa vỏ đèn thì nó là thầu ở trên sông Ngâu sông Tụ, bên Vân nam đem xuống đó.

(4) Tánh nha phiến hay *thăng tán* là lên là

Vị hữu thanh hương,

Ôn tì vị ất cướp công quế phụ. (1)

Thanh giá thì hai thứ khác nhau,

Công hiệu dẫu đôi dàng cũng có. (2)

Kìa những kẻ buôn hương bán phẫn,

Nhờ ôn hương mà dụ khách phiển hoa; (3)

Bao nhiêu người kẻ lợi thương công,

Mượn tinh thức để tiện đêm tính số. (4)

Chốn quyền môn quí khách càng chăm,

---

tân là, trừ chứng phong hàn hay hơ thuốc ông *Biên kì*. (= là ông Huỳnh đế) tổ thầy thuốc.

(1) Cái vị nó thơm nhẹ, nó ôn tì vị, (hút nó vô nó ấm tì vị) hay hơn quế ti nữa. Quế phụ là vị quan quế, vị phụ tử.

(2) Hai thứ nói đó tuy khác hiệu khác giá mặc lòng, mà sức công hiệu nó thì hai thứ cũng như nhau.

Thanh giá c. = Giá trong.

Công hiệu c. = Công nó hay.

(3) — Những kẻ làm đĩ làm đếm, nhờ nó dụ khách phiển hoa c. = Nhiều hoa = Xinh tốt lịch sự. Khách phiển hoa là khách lịch sự ăn chơi.

(4) Còn những kẻ buôn bán thời tính lời tính lỗ mượn nó mà thức cho tiện vệ tính số ban đêm, cùng giữ của. *Kẻ lợi thương công* là bởi lời nhà sử nói về vua Võ đế nhà Hớn rằng : *Thương công kẻ lợi bất di tri thù* = Chác bị kẻ công chẳng chừa mảy mún.

Đoàn võ nữ ca nhi cũng mộ. (1)

Cũng có kẻ giận công danh trắc trở.

Bạn cùng ngươi cho khuây nhớ tang bồng;

Lại có người buồn quê quán xa xuôi,

Chơi với gã cho khuây miền vân thụ (2)

———

(1) — Dầu nơi quyền quí quan viên sang trọng cũng dùng nha phiến mà đãi khách tử tế; Con hát nhà trò cũng mộ nó mà làm vui.

Quyền môn c. (= Cửa quyền — Cửa quan).

Quí khách c. (= Khách quí).

Võ nữ c. (= Gái múa).

Ca nhi c. (= Trẻ hát) = Nhà trò.

(2) Có người giận vì đi dàng cộng danh,(thi cử, làm quan) chẳng dặng *xuôi giảm mát mái*, thì lại hút chơi cho khuây lảng kẻo buồn rầu vì phận bạc vận đen mình.

Lại kẻ đi xa xuôi xiêu lạc đất nước người, cách xa quê quán xứ sở, buồn nhớ nhà lấy nó mà giải buồn.

Tang bồng (= Cây dâu, cỏ bồng = lau lách`. Tích thầy Nguyên hiến (vẫn) người nước Lỗ, là học trò ông Khổng tử, giữ nề nếp theo *Nhu hạnh* theo lễ; nhà thì nghèo nên lấy lau mà cặp cửa, lấy vỏ dâu làm đầy mà cột cốt cửa, ghè nước để theo cửa sổ, nhà ở trên thì trống dưới ướt, mà ngồi khảy đờn ngâm thơ chơi. Khi ấy có thầy Tử cống tới thăm, cởi ngựa tốt mặc áo cừu nhẹ. Thầy Nguyên hiến lật đật đội mão cầm gậy ra nước

Đã quen hơi kiếm chác càng chăm,

---

khách nơi cửa, cột dải mão thì dải mão đứt, quần rách lỗ đỏ, giày thì rách mang. Thầy Tử cống mới hỏi rằng: than ôi! thầy đau bệnh gì? Thì thầy Nguyên hiến đáp rằng: tôi nghe nói không có mà thì gọi là nghèo, có học mà không ra làm việc thì gọi là bệnh. Tôi thật là nghèo, chớ không phải thật là bệnh. Thầy Tử cống mất cỡ đứng xây quanh lơ láo một chặp không nói mà về. (Ấu học loại Cung thất). Bởi vì trong sách Lỗ, thiên nhu hạnh, nói hễ con nhà học trò thì thường nghèo, mà dạy thầy Nguyên hiến giữ được theo như Lỗ; còn thầy Tử cống thì nhà lại giàu, nên mất cỡ vì nhu hạnh thì không có có; lại biết Nguyên hiến nói làm vậy là chê mình.

Miến văn thụ (= mộ văn xuân *thụ, tưởng vọng phong nghi).* Đời Ngũ đại có người Nhi tín làm quan Xa kị tướng quân phủ Khai phong ở bên nước Hậu châu; lại có người tên là Bào chiếu làm quan Tham quân đất Dòng hảicho chúa nước Tống; hai người nhớ nhau có làm bốn câu thơ rằng:

> Vị bắc xuân thiên thụ,
> Giang đông nhựt mộ vân;
> Hà thì nhứt tôn tửu,
> Trùng dữ tế luận văn.

= Phía bắc sông Vị, ngó dạng cây trời mùa xuân, trông qua Giang đông mây chiều, chừng nào gặp nhau uống nhạo rượu, lại nói chuyện chữ nghĩa chín chắn, còn kêu mộ văn xuân thú, mà chỉ sự

Có biết thú sắm sanh mới đủ.

Màn xuyến lỗ rèm thêu tam hữu,

Nệm Kim qui chăn cù gối xếp. (1)

    Làng xa mã nghinh ngang, (2)

Xe Cam lộ, tấu dạng lục lăng, (3)

    Bàn tày giác, tim bạc, móc thần,

    Khách tài tình ngang ngửa.

Đèn pha ly miếng trám miếng huỳnh,

---

anh em nhớ nhau.

(1) Khi hút quen đã ghiền rồi thì mê thì tìm nó mà hút.

Có biết thú vị nó thì sắm đồ đạc mới đủ.

Khi có của, có hợm chơi tử tế xe ngựa tới lui dập diều chỗ hút, sắm mùng thì mùng xuyến xoắn lỗ, diềm mùng thêu tam hữu là (mai, lan, cúc), nệm thì nệm vảy rùa, mền thì mền bác tơ, gối thì gối lá sách; ống hút bằng tre Cam lộ, nổi dáng lục lăng (sáu góc); mâm hút thì hình tày giác, tim (tăm) thuốc thì tim bằng bạc; móc thì móc mạnh (chắc).

Mùng xuyến lỗ — mùng may bằng xuyến xoắn lỗ.

Tam hữu — là *mai, lan, cúc*; hay là *mai, lan, trúc* cũng được.

Nệm Kim qui, là nệm có mặt vuông xéo xéo như da qui.

Chăn cù — là mền, nệm dồi có cù lông cù.

(2) *Làng...* là hợm, bọn.

(3) *Xe...* là ống hút.

Tấu là nổi....

Khay Vân mẫu nhứt thi nhứt họa, (1)
Năm canh những Bạch thơm Công nặng,
Tưởng đến câu vưu vật di nhân;
Bốn mùa đều gió mát trăng thanh,
Sao bằng kiểng dương xuân triệu ngã (2)

---

(1) Đèn hút bằng pha ly có miếng trám miếng huình.

Khay hút cần xen vân mẫu, kiểu nhứt thi nhứt họa, là cần một bài thơ rồi một cảnh hay là bóng hoa, xen kẻ nhau.

(2) Một đêm đến sáng những đeo theo những hút, thuốc thấu bạch thơm khói, thuốc thấu công thì nặng khói; nghỉ lại của quí thì hay đổi lòng người, nên mảng lo hút, thì không tưởng đến vợ con chi cả. Trong bốn mùa là trọn một năm cũng đều mắc lo sự hút mà chơi, ví cũng như trăng thanh gió mát; lấy sự hút làm sự sung sướng ví cũng như chơi với cảnh dương xuân.

Vưu vật di nhơn c. (Vật quí dời lòng (đổi) người). Đời Tấn có người Thúc hương muốn cưới nàng Hạ cơ, là người góa chồng mà nhan sắc đẹp đẽ lắm. Bà mẹ Thúc hương la con rằng: phù hữu vưu di chi vật túc dĩ di nhơn, cẩu phi đức nghĩa, tắc tất họa cập = Và có chưng vật tốt lạ, đủ cấp dời lòng người, bằng chẳng phải đặng đức nghĩa thì ất có họa tới.. Lại rằng: thậm mĩ tất hữu thậm ác = Tốt lắm ất có xấu lắm. Tao nghe con ấy đã giết ba đời chồng rồi, mầy còn cưới làm gì?....

Ngọn đèn thay nhựt nguyệt hai vừng,
Chiếc điếu hiệp long vân mọi vẻ (1)
Khi ra vào giày tàu quạt khách,
Lúc thừa nhàn trà sen rượu cúc. (2)
Giải khát sẵn đường phèn đường phổi,
Trà ô long hương mộc thanh kì;
Nhuận trường có bánh ngọt bánh bùi,
Cháo yến huyết bột đao mát lạnh. (3)

Dương xuân triệu ngã c. = Thiết dương xuân mời ta. Trong sách Cổ văn lời vịnh ông Lý bạch có câu rằng: *Dương xuân triệu ngã dĩ yên cảnh, đại khối giả ngó dĩ văn chương* = Tiết dương xuân mời ta dùng chơi cảnh sáng láng trời đất cho ta mượn dùng văn chương.

(1) Đêm ngày cứ chong đèn mà hút mãi, đêm như ngày, ngày như đêm; nên đèn nó thay vì mặt trời là ban ngày, thay vì mặt trăng là ban đêm; xẩn bẩn nơi giường hút không ra khỏi mà biết ngày biết đêm. Còn cái điếu là ống hút thì ra như rồng dậy mà nổi mày; khói là mày, điếu là rồng, lấy làm xinh lắm.

Long vân c. (= Long hưng trí vân = Rồng dậy mày nổi theo).

(2) Lẩn quẩn ra vô giường hút, chơn đi giày tàu lẹp quẹp, tay cầm quạt khách xinh xoang; hở ra không kéo không táo thì uống trà sen rượu cúc xì xà.

(3) Đồ giải khát thì có đường phèn đường phổi, nước trà ô long ngon tốt vị; đồ ăn cho

Lúc phong lưu nghĩ cũng nên đời,
Khi ghiền gặp nghĩ ra mà sợ. (1)
Vui anh em một khi một điều,
Nếm mùi đời cho đủ thú mà chơi;
Nào ngờ phút bén phút quen,
Giục lòng khách đến cơn lại nhớ. (2)
    Ho hen ngáp vặt,
    Mặt mũi lừ đừ,
    Mũi sổ dạ đau,
    Chơn tay buồn bả; (3)
Kẻ dặt khách vãng lai thù tạc,
Bạn hiền nhơn mặc đi sớm về trưa;
Người vương nhơn *xu sự phó công,*

---

nhuận trường kẻo bón thì có bánh nọ bánh kia,
có yến huyết, bột huình tinh ăn vào cho mát.

Hương mộc là hoa mộc (tô mộc) thơm.

Thanh kì c. là thơm nhẹ, thơm lạ..

Bột đao là bột củ sắn.

Yến huyết là tổ yến thứ có huyết.

(1) Ăn chơi thể ấy thật đã nên phong lưu, mà nghĩ nổi ghiền gặp giựt mình mà sợ.

(2) Cầu vui với anh em chúng bạn, hút xòi xọp một khi một điều chơi, cho đủ mùi đời cho đủ thú chơi; ai hay nó bắt ghiền, hễ đến buổi nó lại nhớ nó bắt thèm.

(3) Nghiệp ghiền nó bắt ho khúc khắc, nó ngáp lên ngáp xuống, con mắt lim dim, mặt mũi lừ nhừ, sổ mũi, ngứa mình, đau bụng, bải hoải chơn tay, bứn rứn.

Sợ phép nước cũng ăn không nói có. (1)

  Chốn thiềng thị buôn thua bán lỗ,
  Khăn khăn áo áo cũng nhuộm mùi cầm;
  Nơi thôn dàn đồng tráng nước trong,
  Ruọng ruộng trâu trâu cũng chui vào lỗ. (2)
  Gái thuyền quyên nên mặt bủng da chì,
  Trai tráng sĩ cũng rùn vai rút cổ. (3)
  Kìa những kẻ văn hay võ mạnh,
  Đa mang vào còn xếp bút gác cung;
  Huống chi người *tài siển trí ngu*,

---

(1) Nghề hút thì có anh em tới chơi, ăn hút với nhau khi người khi mình thù tạc, đi sớm về trưa cũng thường, còn những kẻ làm việc quan, sợ phép nước cấm, dầu có hút cũng nói không.

Dật khách c. là khách ngồi yên đi chơi lâu được.

Vãng lại c. là qua lại.

Thù tạc c. là đáp đi đáp lại (=rót đi rót lại).

Vương nhân c. là người làm việc cho vua.

Xu sự phó công c. (rảo tới việc, xấp vô công việc).

(2) Ở nhằm chốn thành thị mà buôn bán lỗ, túng vác khăn vác áo đem đi cầm mà hút. Ở nhằm xứ quê, lúa cá mất mùa nào ruộng nào trâu bao nhiêu cũng bán cũng cầm lần đi mà hút; nó đều chun vô cái lỗ nhỏ cả.

(3) Gái lịch sự ăn nó cũng ốm o bụng béo hư sắc đi; trai tử tế ghiền nó cũng rờm cũng khọm đi rùn vai rút cổ lại.

Chơi quá độ cũng *vong gia thất thổ.* (1)

Bẻ gãy chăn, chuyện cũ chẳng không,

Ném vỡ váy, trò cười còn đó, (2)

Rờ lưng vợ kiếm mười lăm mười tám,

Tìm đến tiệm chờ mua thuốc xái trơu qua;

Rờ đầu giường không quan văn quan dài,

Tìm bạn cũ xin xám lầu nuốt đỡ, (3)

---

(1) Ấy những người hay văn mạnh võ, mắc lấy nó thì hư thân bỏ học hành, bỏ tập cung nỏ đi nữa là, huống chi những kẻ kém tài ít trí, ăn nó quá độ rồi cũng nát cửa hại nhà bỏ xứ mà đi.

Tài siển trí ngu c. (= Tài ít trí dại).

Vong gia thất thổ c. (= Bỏ nhà bỏ đất—trốn đi).

(2) Câu nầy tích ở ngoài Bắc, có hai vợ chồng hút mà nghèo cho đến đỗi lấy sáo làm mền mà đắp, nhà không tiền ăn, vợ chồng cằn nhằn ngậy nhau; con vợ giận cùng chạy vô dựt tấm sáo làm mền mà đắp mà bẻ gãy đi. Chồng giận nổi nóng đánh lộn với vợ xé rách váy vợ đi; vợ lỏa lồ mất cỡ chạy chun vô trong cái lợn ngồi núp kẻo mất cỡ; chồng còn đương giận chạy theo đập bể cái lợn đi. Nên nói *gãy chăn, vỡ váy* — *chăn* là mền; *váy* là xiêm là của đờn bà Bắc bận thay vì quần.

(3) Túng về nhà rờ lưng vợ kiếm chát ít đồng đặng đến tiệm mua xái (nhựa) mà nuốt; khi rờ trên đầu giường kiếm tiền chẳng nhiều ít mà không có chuổi nào, thì lại đi tìm bạn hút cũ xin nhựa ba nhựa bảy mà nuốt kẻo ghiền.

Xám lầu là tiếng Quảng đông là *nhựa bóng, nhựa bạ.*

Cũng có lúc ho hen nên nghẹn,
Lại vùng vằng đập lọ chẻ xe;
Lại có khi bậu bạn quá vui,
Thì rấp ranh tiện xe khoét lọ. (1)
Tưởng đến lúc cầm thi đắc thú,
Một hai khi biệp mặt làm vui;
Trong anh em là nghĩa tri giao,
Nghĩ đến thế thì lòng cũng chán. (2)
Tưởng đến khi gió mát lương thời.
Trước sau nghĩ ra lòng chẳng mộ. (3)

---

(1) Cũng có khi ghiền quá nổi ho nổi hen, thì lại giận chẻ ống đập nổi, có khi vui có khách hút, hút không đủ thì đem ống, đam nổi ra mà móc mà cạy nhựa.

Lọ là nổi quấy quá như ve ở mỗi....

Xe là ống hút.

(2) Nghĩ cái khi có mà hút đang đắc thú anh em bạn học tới chơi làm thi làm phú, văng lại thù tạc cũng lấy làm vui; mà đến khi nghèo khổ hết tiền hết bạc túng tíu, dầu anh em bạn thiết thấy làm vậy cũng không muốn gặp muốn tới.

Nghĩa tri giao c. là nghĩa anh em bạn thiết. (*Coi chữ Tất giao, hay là Giao tất c. (trước nầy*).

(3) Cũng nghĩ đến khi trăng thanh gió mát, có mà hút ăn chơi tử tế, lại nghĩ đến lúc cực khổ thiếu thốn mà phải ghiền phải gặp; sánh lại với nhau cái sướng với cái cực bèn sanh lòng không có mộ nó nữa.

Lương thì c. buổi mát.

Nào ngờ năng hạ nồng thay.
Những trách tri âm vắ   vẻ. (1)
Dọc thấy chữ *sát nhơn vô kiếm,*
Kẻ tri cơ đã biết phải chừa;
Xem thấy câu *trạch hữu nhi giao,*
Bạn vô ích chơi làm chi nữa. (2)

RÀY NHƠN

Tiết dới hạ thiên,
Tuẩn làm đoan ngũ. (3)

---

(1) Nào khi tử tế có ăn có hút, anh em bạn tác thù tạc văng lai; bây giờ nghiêng nghèo cực khổ khốn nạn sao không thấy ai tư trợ?

Tri âm là bạn tác, anh em bạn. (*Coi giải trước nầy*).

(2) Sách nói Nha. phiến *Cứu nhơn như thần, sát nhơn như kiếm,*═ nó lấy làm thuốc cứu người ta lẹ như thần; mà nó làm hại giết người ta như gươm, vậy thì kẻ có trí phải biết mà chừa đi.

Sách dạy phải tìm bạn mà giao (*trạch hữu nhi giao*) mà bạn với nha phiến chẳng những là vô ích, mà lại hại nữa thì chơi với nó làm chi mà chẳng bỏ nó đi?

(3) *Dái (dới).* ═ Đến, tới.

Hạ thiên c. Mùa hè.

Lâm c. ═ Đến, tới.

Đoan ngũ c. (═ chính ngọ là chính khí dương), là ngày mồng năm tháng năm.

Vậy có ngọn đèn chén nước,
Mà đãi lòng cho thỏa với tri âm;
Xin linh khách tìm về bổn quốc, (1)
Kỉnh dĩ chư vị ghiền gập đồng lai cách thực. (2)
Thượng hưởng.

———————————————————

(1) Vái xin với Nha phiến là khách linh, xin khách trở về nước nhà của khách; đừng ở mà báo hại ta nữa.

(2) Để làm lễ kính đãi các vị ghiền đều đem nhau tới mà ăn.

Lai cách thực c. (= Đi đến ăn).

Cùng.

MỤC LỤC.

CỜ BẠC NHA PHIẾN

NHA PHIẾN

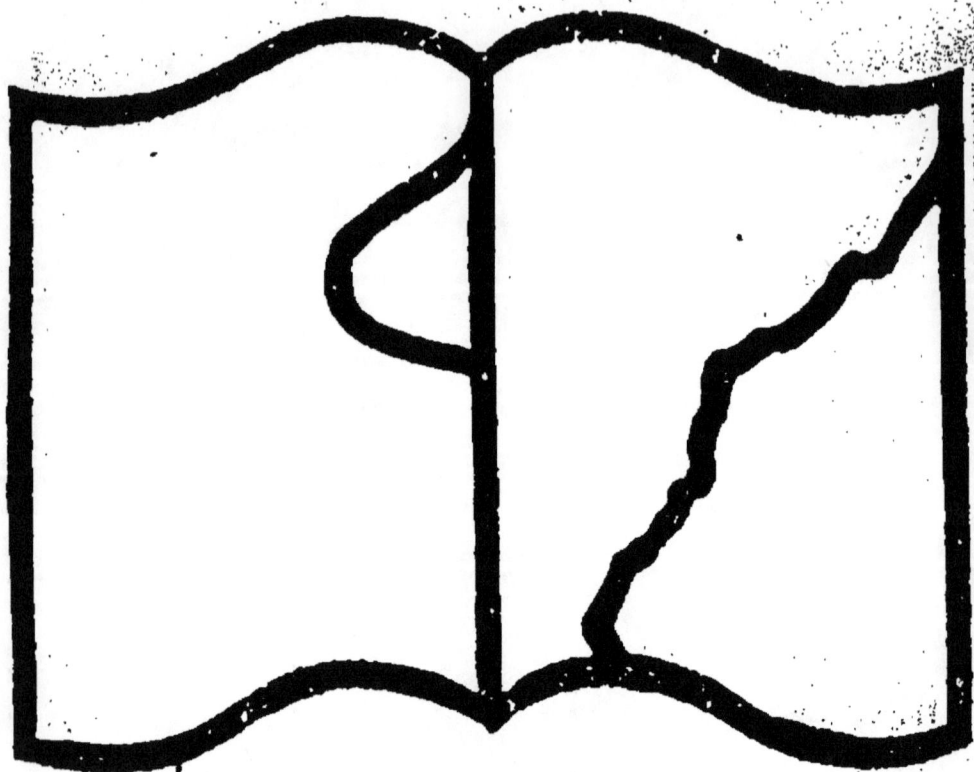

Sách in rồi

Vocabulaire Annamite-français ... 8 . 1,10.
Vocabulaire Français-annamite. . . . 1,30.
Dictionnaire Annamite-français *avec*
    Caractères annamites et Chinois,
    in 4° à 2 colonnes de 987 pages. 12,00.
Dictionnaire Français-annamite. . . 8,00.
Notions de grammaire annamite. . . 0,50.
Alphabet français . . . . 0,05.
Bổn dạy đánh vần tiếng Lang sa.
    (*Syllabaire français*), . . 0,05.
Leçons de Lecture en français et en
    annamite. . . . . . . 0,05.
A B C quốc ngữ, ... 0,03.
Dư đồ thuyết lược, (*Précis de Géo-*
    graphie, avec cartes) . . 0,40.
Chánh tả và Lục súc văn, . . 0,05
Sách Nhu văn theo phép tây, . . 0,60
Phong hóa điều hành, Cờ bạc Nha
    phiến, 4e Edition, ... 0,45.
Gia ... thiên luận, ... 0,07.
... in chánh tả, ... 0,80.
Nội ... in ... 2 ...
... Semen ...